VIETNAMESE

Contemporary Vietnamese Readings

VIETNAMESE

Contemporary Vietnamese
Readings

Nguyễn Bích Thuận

NIU

PRESS

DeKalb, IL

Southeast Asian Language Text Series

ISBN: 978-0-87580-661-7 (pbk.)

The Library of Congress has cataloged the
original edition as follows:
Thuan, Nguyen Bich
Contemporary Vietnamese reading / compiled and edited by
Nguyen Bich Thuan
p.   cm.
Includes bibliographical references
ISBN: 1-89113-400-0
1. Vietnamese language—Readers. 2. Vietnamese lan-
guage—Conversation and phrase books. I. Thuan, Nguyen
Bich Thuan. II. Southeast Asian language text series. III.
Title.
PL4375.C57 1999
495.9/2286421
00708817

ACKNOWLEDGEMENTS

The author wishes to thank Bob Dawson, Le Pham Thuy-Kim, and Dr. Tran thi Vinh for their valuable suggestions, Marybeth Clark for the hours we spent together bringing the book to its final form, Canh from Canh Studios in Saigon for his photographs, and Nguyen Long for the use of his map from *Spoken Vietnamese for Beginners*.

The sources of most readings are listed at the end of the relevant reading passages. The present note is the sole acknowledgement for most articles drawn from the following periodicals:

Người Lao Động, Nhân dân, Tuổi trẻ, Phụ nữ, Kinh tế thời báo, Kinh tế Sàigòn.

FOREWORD

After two previous publications, *Spoken Vietnamese for Beginners* and *Contemporary Vietnamese: An Intermediate Text* (the former written in collaboration with Marybeth Clark and Nguyen Long), Nguyen Bich Thuan has now completed her third book, *Contemporary Vietnamese Readings*. This book was written with the purpose of teaching contemporary Vietnamese to students who have already gone through the introductory and intermediate levels. At present there are a number of books available teaching introductory and intermediate Vietnamese to foreigners. *Contemporary Vietnamese Readings* is one of the first textbooks teaching Vietnamese at an advanced level.

The author has chosen topics covering the Vietnamese land and its people, politics, culture, society, and literature. These topics are dealt with in a realistic way in order to help the student understand the diverse aspects of the culture and social life of contemporary Vietnam. The vocabulary, syntax, and sentence illustrations accurately reflect all the central characteristics of the Vietnamese language. The book includes exercises, questions, topics for discussion, and lively and useful explanations. The author has used modern teaching methods in preparing this book so that the student may achieve optimal results in the shortest period of time.

Contemporary Vietnamese Readings came about as a result of the author's many years of experience in teaching Vietnamese to foreigners at major universities in Australia and Singapore. This book will undoubtedly fulfill the needs and expectations of teachers and students of Vietnamese in many countries throughout the world.

Dr. Tran thi Vinh
Associate Professor
National University of Hanoi

INTRODUCTION

Contemporary Vietnamese Readings is intended for advanced intermediate students preparing for research or work either in Vietnam or with Vietnamese-language materials. The textbook acquaints students with a range of Vietnamese written styles, expands their lexical range in a variety of topical areas, develops reading comprehension skills, and expands their awareness of Vietnamese culture and values.

The textbook incorporates authentic Vietnamese reading materials such as street signs, banners, advertisements, news articles from North and South Vietnamese newspapers and magazines, and excerpts from novels and short stories. The wide range of literary genres represented — including news reporting, academic writing, literature, and proverbs in poetry form — provides rich exposure to Vietnamese culture, society, and values. The readings were selected with a view to increasing students' awareness of contemporary Vietnamese attitudes, economy and politics, and social and environmental concerns, while maintaining a focus on issues of ongoing relevance. The primary criterion in the selection of readings was the instructional value of their vocabulary, language structures, and written styles.

The readings assume prior mastery of basic Vietnamese vocabulary and sentence structures at a level equivalent to completing a beginning and intermediate textbook series such as *Spoken Vietnamese for Beginners*, by Nguyen Long, Marybeth Clark, and Nguyen Bich Thuan, and *Contemporary Vietnamese: An Intermediate Text*, by Nguyen Bich Thuan. The reading texts are grouped under broad themes such as the Vietnamese land and its people, Vietnamese society and culture, current affairs, the environment, health and safety, demography and family planning, politics, diplomacy and law, economics and finance, Vietnamese literature, and Vietnamese women throughout history.

The readings are accompanied by exercises to be done individually, in pairs, and in small groups. The exercises are conceived in terms of the three stages of reading described below. Students should do all the reading exercises in order to enhance their skills most fully.

Three Phases of Reading

Students should use the following three phases of reading when working with the texts. The reading activities are best done in pairs or small groups, with the teacher facilitating discussion. Groups may compare their findings with each other at the end of each activity.

Pre-reading

Pre-reading encourages students to draw on their personal experience and knowledge of a specific topic to speculate about the contents of the reading passage. The textbook includes specific pre-reading activities on topics likely to be familiar to the students. The recommended pre-reading steps are as follows:

1. Look only at the title and subtitles and identify the topic.
2. Share personal experience and knowledge of the topic.
3. Briefly brainstorm to suggest things the text might say about the topic. It is useful to list the guesses on the board. Students might guess things that are not in the text, but the teacher can guide them in the right direction.

Reading

After the pre-reading activities (if any), students should read using the following three steps. Complete understanding of the text is not necessary in any of the stages. Readings dealing with specialized subjects have vocabulary lists provided for convenience.

1. *Skimming*: Students briefly read (silently) just for the main ideas of the passage. As in the pre-reading exercises, attention to the titles and the subtitles can help students identify the subject matter. While skimming, students should also use visual indicators such as paragraph breaks, quotations, punctuation, and numbers as clues to content and meaning.
2. *Scanning*: Students scan for specific information to answer the WH questions of *who, what, when, where,* and *why*.
3. *Intensive Reading*: Intensive reading exercises help students focus on selected words or phrases and structures, while also confirming or correcting meanings guessed at earlier.
   a. *Inferring exercises* rephrase points from the text in simpler terms. Students look in the reading for the sentence or phrase that has to do with each point.
   b. *Summary and Comprehension exercises* help students get a better general feeling for the meaning of a text.
   c. *Vocabulary Exercises* to teach skills for dealing with new words. Students should normally guess or infer the meanings of unfamiliar words instead of consulting the glossary right away.
      i. Students use context clues to match new words listed in one column with meanings listed in a second column.
      ii. Students search the reading for Vietnamese equivalents of the English words listed.

iii. Students read simple sentences containing the new words, as an aid to inferring the meanings of the new words in context.

iv. Students use familiar words contained in unknown compound words to guess the meanings of the compound words.

v. Fill-in-the-blank exercises reinforce acquisition of the new vocabulary.

d. The textbook focuses on *Sentence Structures* in the following ways:

i. Explanations are given for certain structures and expressions.

ii. Dividing sentences: Students read a long sentence and mark the pauses. The textbook includes a completed example of how to divide a sentence in Topic 1, Reading 5 (Chủ đề Một, Bài 5).

Post-reading

Post-reading activities help students relate the passage to their own experience.

1. *Writing*: The writing exercises ask students to summarize the main points of the reading in their own words. The textbook also includes a letter-writing and a "write a short article" exercise.

2. *Speaking*: The readings serve as a base for using the new vocabulary, ideas, and sentence structures in discussions relating the texts' concerns to issues in the students' own city or country.

Supplemental Readings

After the completion of each topic, teachers are strongly encouraged to provide supplemental readings, such as recent newspaper articles, to give students further practice in using the reading strategies independently. Students who wish to see more Vietnamese signs can find a Vietnamese Image library at: www.anu.edu.au/asianstudies/seacen/viet

Nguyễn Bích Thuận

MỤC LỤC — CONTENTS

Acknowledgements   iii

Foreword   v

Introduction   vii

Map of Vietnam   xv

> Each topical reading consists of the following:
> Pre-reading activity (for some readings)
> The reading
> Activities: guessing unknown words, scanning, inferring, summarizing
> Post-reading activities
> Summary of vocabulary

1 Chủ đề Một   1

Đất nước Việt Nam —*The Land of Vietnam*

Bài 1   Thuyết trình chuyên đề—*About a symposium*   3

Bài 2   Huế, một trong những thành phố lịch sử đẹp nhất thế giới   4
         —*Hue, one of the most beautiful historical cities in the world*

Bài 3   Du lịch trái mùa—*Travelling during the off-peak season*   8

Bài 4   Việt kiều về quê ăn Tết—*Overseas Vietnamese return to Vietnam for Tet*   12

Bài 5   Việt Nam: Địa lý và dân tộc—*Vietnam: Geography and ethnic groups*   15

Bài 6   Triển lãm các dân tộc thiểu số Đông Dương—*Indochinese minorities exhibition*   18

2 Chủ đề Hai   21

Vấn đề Y tế, An toàn, Dân số—*Health, Road safety issues, Demography*

Bài 1   Chỉ thị của Thủ tướng về việc cấm say rượu   23
         —*Prime minister's directives not to get drunk*

Bài 2   129,6 triệu cho Y tế—*129.6 million dollars for Healthcare*   26

Bài 3   Thuốc lá và sức khỏe—*Cigarettes and your health*   27

Bài 4   Đọc bảng hiệu—*Reading a sign post*   30

Bài 5   3 tháng đầu năm: 1187 người chết—*1187 road deaths during the first three months*   31

Bài 6   Dân số và Kế hoạch hoá gia đình—*Demography and Family planning*   34

Bài 7   Nhân ngày dân số thế giới—*On the occasion of World Population Day*   37

3 Chủ đề Ba   41

Môi trường —*The Environment*

Bài 1   Ô nhiễm môi trường ở nông thôn—*Pollution in the countryside*   44

Bài 2   Đọc bảng hiệu—*Reading a sign post*   48

Bài 3   Đọc những tựa lớn nói về môi trường—*The environment: Reading the headlines*   49

Bài 4   Môi trường thành phố—*Environmental issues in the city*   50

Bài 5   Những biện pháp khác nhau để bảo vệ môi trường—*Various measures to save*   54
         the environment

4 Chủ đề Bốn   57

Chính trị, Ngoại giao, Luật pháp —*Politics, Diplomacy, Law*

Bài 1   Tin ngoại giao—*Diplomatic news*   59

Bài 2   Thành tựu ngoại giao nổi bật của năm 1995—*Most notable achievements*   62
         in diplomacy in 1995

Bài 3   Ngoại giao chính trị và ngoại giao kinh tế—*Political and economic diplomacy*   64

Bài 4   Việt Nam tham dự hội nghị quốc tế về ngăn ngừa tội phạm—*Vietnam attends*   69
         an international conference on crime prevention

Bài 5   Đọc tin ngắn—*News in brief*   71

5 Chủ đề Năm   73

Kinh tế, Kinh tế xã hội, Tài chính, Đầu tư —*Economy, Social Economy, Finance, Investment*

Bài 1   Thành phố Hồ Chí Minh –Hội chợ thương mại quốc tế thứ 94—*The 94th*   75
         International Trade Fair in Ho Chi Minh City

Bài 2   Đọc quảng cáo ngân hàng—*Reading a bank advertisement*   77

Bài 3   Mặc đẹp, biểu thị của phát triển xã hội—*Beautiful clothes: An expression of*   78
         social development

Bài 4   Lập trật tự trong hoạt động xuất nhập khẩu—*The establishment of order in*   80
         import/export activities

Bài 5   Giấc mơ Xingapo—*The Singaporean Dream*   82

Bài 6   Đọc tin ngắn—*News in brief*   84

Bài 7   Về quê nhà ăn Tết, làm ăn—*Going home to celebrate Tet and do business*   85

CONTENTS

6 Chủ đề Sáu 87

Vấn đề thời sự—*Current Affairs*

Bài 1   Cần lập Ủy ban chống tham nhũng—*Need for a special commission to* 89
fight corruption

Bài 2   Stress - một căn bệnh của xã hội công nghiệp—*Stress: An illness of an* 91
industrialized society

Bài 3   Ngăn chặn tệ nạn nghiện ma túy trong thanh niên thiếu niên—*Drug* 98
prevention among youth

Bài 4   Đã bớt màu xám cho tương lai chất xám—*The future of "grey matter"* 101
is becoming less grey

Bài 5   "Săn đầu người" tại Việt Nam—*"Head-hunting" (searching for skilled* 105
professionals) in Vietnam

Bài 6   Đọc báo—*Reading a newspaper article* 111

7 Chủ đề Bảy 113

Văn hoá – Xã hội Việt Nam —*Vietnamese Culture and Society*

Bài 1   Xem, đọc, nghe gì?—*A survey: What do you watch, what do you listen to?* 115

Bài 2   100 năm người Việt Nam đến Tân đảo—*100 years of Vietnamese* 117
settlement in New Caledonia

Bài 3   Những điều kiêng ky trong những ngày Tết—*Things not to do during Tet* 122

Bài 4   Con người trong văn hoá Việt Nam—*The human being in Vietnamese culture* 125

8 Chủ đề Tám 129

Phụ nữ Việt Nam —*Vietnamese Women*

Bài 1   Địa vị phụ nữ Việt Nam qua các thời đại—*Vietnamese women's status through* 131
different epochs

Bài 2   Phụ nữ Việt Nam trong lịch sử—*Vietnamese women in history* 136

Bài 3   Phụ nữ và học vấn—*Women and education* 138

Bài 4   Một nhân vật Việt Nam: Bà luật sư, chủ tiệm ăn và mùa xuân năm quý Dậu 141
—*A Vietnamese personality: A lawyer and restaurant owner, & the Year of the Rooster*

9 Chủ đề Chín   145

Vài nét về văn học Việt Nam —*Introduction to Vietnamese Literature*

Phần 1   Văn học dân gian—*Popular Literature*   147

    Bài 1   Tục ngữ—*Proverbs*   147

    Bài 2   Ca dao—*Folk songs*   148

Phần 2   Văn học cận đại—*Modern Literature*   151

    Bài 1   Đoạn trích 1 của Nhất Linh "Đoạn Tuyệt"   151

       —1st excerpt from Nhat Linh "Đoạn Tuyệt"

    Bài 2   Đoạn trích 2 của Nhất Linh "Đoạn Tuyệt"   153

       —2nd excerpt from Nhat Linh "Đoạn Tuyệt"

Phần 3   Văn học hiện đại—*Contemporary Literature*   156

    Bài 1   Truyện ngắn của Nhật Tiến: *Hai lần từ biệt cha già*   156

       —Abbreviated story from Nhat Tien

    Bài 2   Truyện ngắn của Nguyễn Ngọc Ngạn: *Thầy Thanh*   160

       —Excerpt from a short story by Nguyen Ngoc Ngan

    Bài 3   Bảo Ninh : Excerpt from *Nỗi buồn chiến tranh*   162

       —Excerpt from "Sorrows of War" by Bao Ninh

APPENDIX
   Phần Giải Đáp — *Answer Section*   165

GLOSSARY — Từ Vựng
   Việt - Anh — *Vietnamese – English*   191

TRUNG QUỐC

Lào Cai

Lai Châu

Lạng Sơn

Điện Biên Phủ

⊙ Bắc Ninh

Hà Nội

Vịnh Hạ Long

Hải Phòng

LÀO

VỊNH
BẮC
BỘ

Thanh Hoá

Viên Chăn

Vinh

BIỂN
NAM HẢI

Huế

THÁI LAN

Đà Nẵng

Qui Nhơn

Băng Cốc

CĂM-PU-CHIA

Ban Mê Thuột

Nha Trang

VỊNH THÁI LAN

Nông Penh

Đà Lạt

Sàigòn

(Thành phố
Hồ Chí Minh)

Mỹ Tho

đảo
Phú Quốc

Rạch Giá

Vũng Tàu

Cần Thơ

Bản đồ
VIỆT NAM

Cà Mau

đảo Côn Sơn

1
CHỦ ĐỀ MỘT

ĐẤT NƯỚC VIỆT NAM

BÀI 1

Từ vựng

thuyết trình	to give a lecture on	giữ gìn	to keep, conserve
chuyên đề	special subject	tôn tạo	to renovate, restore
nghệ thuật	the art of	cảnh quan	landscape

Câu hỏi: Thuyết trình chuyên đề vào ngày nào? Về gì? Muốn thu hút du lịch phải làm gì?

Đề tài nói chuyện: Thành phố bạn ở có nhiều khách du lịch đến thăm không? Nghệ thuật thu hút khách du lịch của thành phố bạn là gì? (= Thành phố của bạn có làm những gì để thu hút khách du lịch?)

BÀI 2

HUẾ – MỘT TRONG NHỮNG THÀNH PHỐ LỊCH SỬ
ĐẸP NHẤT CHÂU Á

Quần thể di tích văn hoá lịch sử cố đô Huế nổi tiếng đã được công nhận trong Danh mục Di sản Thế giới của UNESCO.

UNESCO đã xếp hạng Huế vào danh mục di sản văn hoá nhân loại, do đó đã giúp đỡ khá nhiều về tài chính và các chuyên gia trong việc trùng tu.

Trong tổng số 440 di tích đã được công nhận trong Danh mục Di sản Thế giới, có 94 di tích thiên nhiên, 329 di tích văn hoá, 17 di tích văn hoá – thiên nhiên. Vịnh Hạ Long của Việt Nam đã được xem là một trong những di tích thiên nhiên.

Từ vựng

châu	continent
quần thể	architectural ensemble
cố đô	ancient capital
nổi tiếng	to be famous
công nhận	to recognize
danh mục	list
di sản	heritage
xếp hạng	to rank
nhân loại	humanity, mankind
do đó	because of that
giúp đỡ	to help
trùng tu	to restore
tổng số	total number
thiên nhiên	nature, be natural
công ước	convention
bảo tồn	to preserve
ủy ban	committee
giá trị	value, worth
toàn cầu	worldwide
lợi ích	advantage, benefit
Liên hiệp Quốc	the United Nations

UNESCO

TỔ CHỨC VĂN HOÁ, KHOA HỌC VÀ GIÁO DỤC LIÊN HIỆP QUỐC

CÔNG ƯỚC VỀ BẢO TỒN
DI SẢN
VĂN HOÁ VÀ THIÊN NHIÊN
THẾ GIỚI

Uỷ ban di sản thế giới đã ghi tên
QUẦN THỂ DI TÍCH HUẾ
vào Danh mục di sản thế giới

*Ghi tên vào danh mục này là công nhận
giá trị toàn cầu đặc biệt
của một tài sản văn hoá hoặc thiên nhiên
để được bảo vệ vì lợi ích của nhân loại.*

Ngày được ghi tên
11.12.1993

Tổng giám đốc
Federico Mayor
(đã ký)

NGỮ PHÁP

1.   Bạn xem kết cấu (sentence structure) của ba câu A, B và C dưới đây:

     A.   Cho đến nay, UNESCO đã công nhận 440 di tích.

         Up until now, UNESCO has recognized 440 historic sites.

     B.   Cho đến nay, 440 di tích đã được UNESCO công nhận.

         Up until now, 440 historic sites have been recognized by UNESCO.

     C.   Cho đến nay, 440 di tích đã được công nhận.

         Up until now, 440 historic sites have been recognized.

(Note: In C, the subject of the verb công nhận, which is UNESCO, is not mentioned.)

A.

SUBJECT	VERB	OBJECT
Cho đến nay, UNESCO	đã công nhận	440 di tích.

B.

OBJECT	được	SUBJECT	VERB
Cho đến nay, 440 di tích	đã được	UNESCO	công nhận.

C.

OBJECT	được	NO SUBJECT MENTIONED	VERB
Cho đến nay, 440 di tích Vịnh Hạ Long	đã được đã được		công nhận. xem là di tích thiên nhiên.

Trong hai bài đọc trang 2, bạn tìm ba câu mà bạn có thể đổi từ dạng A sang dạng B hoặc ngược lại (vice-versa), và tìm một câu dạng C trong bài. Viết những câu ấy dưới câu mẫu.

2. Do (used in written Vietnamese)

2.1 do = because of
Thí dụ:

Do giữ gìn cảnh quan mà nơi này thu hút được khách du lịch.	Because of the conservation of its landscape, this place is able to attract tourists.
Do giá trị lịch sử, nhiều nơi như Huế chẳng hạn, đã được ghi vào danh mục di sản thế giới.	Because of their historical value, many places, such as Hue for example, have been entered in the World Heritage List.

2.2 do = by

OBJECT	by	SUBJECT	VERB
Công ước về bảo tồn di sản cố đô Huế	do	Tổng giám đốc UNESCO	ký.
Việc trùng tu	do	các chuyên gia	lo.

The convention on the heritage conservation of the ancient capital of Hue was signed by the Secretary General of UNESCO.

The restoration will be taken care of by specialists.

2.3 Bài tập với **do**. Bạn làm hai câu với **do** = because of, và hai câu với **do** = by.

BÀI TẬP VỚI TỪ VỰNG

1. Điền những từ trong bài vào khoảng trống.

a. UNESCO đã _____ _____ cố đô Huế trong danh mục _____

   _____ _____ _____ .

b. UNESCO đã _____ _____ về _____ _____ và các

   _____ _____ trong việc trùng tu.

c. _____ _____ Huế đã trở thành di tích _____ _____

   _____ _____ .

d. Một nơi được _____ _____ vào danh mục di sản thế giới là vì nơi

   ấy có _____ _____ _____ _____ _____ .

e. Vịnh Hạ Long được xếp vào danh mục _____ _____ _____

   _____ .

2. Làm nốt câu

a. Tên tiếng Việt của UNESCO là _____ .

b. United Nations tiếng Việt là _____ .

c. Ngày 11 –12 –1993 là ngày Cố đô Huế _____

_____ .

d. Ông Federico Mayor là _____ của UNESCO năm 1993 .

e. Từ cùng nghĩa với di sản là _____ _____ .

ĐỀ TÀI NÓI CHUYỆN

a. Bạn cho biết thêm vài di tích lịch sử văn hoá và vài di tích thiên nhiên khác trong danh mục của UNESCO.

b. Bạn cũng cho biết vài danh lam thắng cảnh (famous scenic spots) khác trên thế giới. Bạn thích nơi nào nhất? Vì sao?

c. Ở xứ của bạn, những nơi nào có di tích lịch sử, văn hóa hoặc thiên nhiên?

BÀI 3

Below are step-by-step instructions for this particular reading activity (and for pre-reading activities in general).

Pre-reading

1. Look at the title of the news article. Do not read the text at first.

As the title "**Du lịch trái mùa**" suggests, this text is about tourism during the off-peak season.

2. Share your knowledge or personal experience of the topic and make guesses about the contents of the article. You might suggest some ideas that are not in the text, but with a focus on the text, your teacher will make suggestions to guide you in the right direction. For this particular text, you may call upon your general cultural knowledge of Vietnam, considering such things as its climate, seasons, and festivals. You may also consider your own experiences of traveling during the low season, including the reasons why you chose to travel at that time. During the brainstorming period, your teacher or a student can list all the findings on the board.

Reading

1. Now skim the text for the main ideas of each paragraph. Were your predictions correct? Remember: Complete understanding of the text is not necessary.

2. Read the text again, scanning for specific information. Think about all the WH questions (who, what, when, where, why).

DU LỊCH TRÁI MÙA

Mùa hè là mùa du lịch, đến mùa đông thì lại vắng du khách. Du lịch trái mùa là loại hình du lịch đang được nhiều nước Âu Mỹ áp dụng. Các địa phương miền Bắc nước ta nên khai trương các lễ hội, các cuộc đua tài mùa đông nhằm thu hút du lịch.

Ở Việt Nam, như ở khu vực Đồ Sơn, có những lễ hội lớn vào mùa đông, mà nổi bật nhất là Hội chọi trâu. Sau vụ gặt mùa, nhiều lễ hội từng được nhiều vùng nông thôn miền Bắc tổ chức trang trọng, nhiều ngày. Dịp Tết cũng là dịp để du khách nước ngoài tìm hiểu nhiều về Việt Nam. Sau Tết, lại có nhiều lễ hội như ngày Giỗ tổ ở Đền Hùng, Hội chùa Hương, ... Nếu biết khai thác tốt, mùa rét không hẳn là mùa vắng khách du lịch.

Người Việt ở nước ngoài hiện giờ đã lên đến hơn hai triệu. Từ lễ Giáng sinh tới Tết, số lượng khá đông đảo Việt kiều về nước, cũng là dịp để ngành du lịch thu hút khách.

[dựa theo Thời báo Kinh tế Việt Nam]

Từ vựng

nhằm	in order to	cuộc đua tài	talent contest
rét	to be very cold	nổi bật	to be notable
địa phương	region	vụ gặt mùa	harvest
khai trương	to start	trang trọng	to be solemn
lễ hội	festival	ngày Giỗ tổ	King Hung Anniversary
du lịch trái mùa	travelling during the off-peak season		

Chú thích Văn hóa - Vài lễ hội ở miền Bắc

1. Hội chọi trâu (Buffalo fight): Tại Đồ Sơn, mỗi năm có tổ chức Hội trọi châu. Để chuẩn bị cho ngày hội, người ta chọn những con trâu mạnh nhất, rèn luyện (to train) chúng suốt năm. Vào đúng ngày hội, trước khi trâu chọi nhau, người dân cho trâu uống rượu. Làng nào có trâu thắng sẽ ăn mừng, để quên một năm làm việc vất vả.

2. Hội Chùa Hương: Đầu năm âm lịch, người Việt khắp nơi đổ về (converge) chùa Hương cúng bái.

3. Ngày Giỗ tổ: Các vua Hùng dạy người dân trồng lúa. Mỗi năm vào ngày mồng 10 tháng 3 âm lịch, lễ Giỗ tổ Hùng Vương được tổ chức rất trang trọng để nhớ ơn vua Hùng.

CHÚ THÍCH NGỮ PHÁP

1.   Nhằm

1.1   nhằm (in written Vietnamese) = **để** (in speech). Chỉ (indicates) mục đích.

ACTION	IN ORDER TO n h ằ m	PURPOSE OF THE ACTION
Miền Bắc nên khai trương các lễ hội mùa đông	nhằm	thu hút du lịch.
UNESCO giúp đỡ về tài chính	nhằm	bảo tồn di tích lịch sử văn hoá của Huế.
Dân làng rèn luyện trâu suốt năm	nhằm	để chúng thắng.

    The North should organize winter festivals in order to attract tourism.
    UNESCO is helping financially in order to preserve Hue's historic and cultural vestiges.
    The village people train the buffaloes all year long in order to let them win.

1.2   nhằm + date, time = **vào** + date, time : to fall on + date/time
    nhằm lúc + occasion : at just the right moment .... .

Note: Both are also used in speech.

ACTION	FALL ON / DURING n h ằ m	TIME / OCCASION
Tết năm nay	nhằm	mồng 6 tháng hai dương lịch.
Tôi đi tham quan Vịnh Hạ Long	nhằm	mùa rét.
May mắn tôi đi viếng chùa Hương	nhằm lúc	đang có Hội.

    This year Tet falls on February 6 of the solar calendar.
    I went to visit Halong Bay right in the middle of the cold season.
    Luckily, I visited Chua Huong at just the right moment: the Chua Huong festival was on.

2.   **Lại** as an auxiliary to express a contrast   = on the other hand, but

Mùa hè là mùa du lịch, đến mùa đông   Summer is a season for tourism, **on the**
thì **lại** vắng khách.   **other hand**, tourists are scarce in winter.

Lại is also used to enunciate an additional fact   = in addition

Dịp Tết cũng là dịp để du khách nước   Tet is an occasion for foreign tourists to
ngoài tìm hiểu nhiều về Việt Nam.   understand a lot about Vietnam. **In**
Sau Tết, **lại** có nhiều lễ hội.   **addition**, following Tet there are many
                                         (other) festivals.

3.   **Bài tập với nhằm**

3.1 *Nhằm* chỉ mục đích hoặc chỉ ngày tháng. Bạn làm nốt câu.

   a. Chúng ta nên khai thác du lịch trái mùa nhằm _____ .

   b. Công ty du lịch có dịch vụ cho thuê xe nhằm _____ .

   c. Thuyết trình chuyên đề này nhằm _____ .

   d. Các chuyên gia sang Việt Nam nhằm _____ .

   e. Sinh viên học lớp tiếng Anh cấp tốc nhằm _____ .

   f. Tôi đi thăm khu vực Đồ Sơn nhằm lúc _____ .

   g. Ở miền Bắc, những lễ hội lớn được tổ chức nhằm _____ .

   h. Số lượng đông đảo Việt kiều về thăm quê hương nhằm _____ .

3.2 Bạn làm 5 câu với **nhằm** chỉ mục đích và 5 câu với **nhằm** + thời gian.

4.   **Bài tập với lại** - Làm ba câu với **lại**.

HIỂU BÀI ĐỌC (Comprehension)

Bạn xem những câu dưới đây đúng (**Đ**) hay sai (**S**), hoặc không có ở trong bài (**KC**).

1.   Du khách thường không đi du lịch vào mùa đông.

2.   Du lịch trái mùa nhằm giải quyết vấn đề thiếu chỗ ở cho du khách.

3. Miền Bắc nên áp dụng du lịch trái mùa vì có nhiều lễ hội vào mùa đông.

4. Sau vụ gặt mùa, người dân mệt, họ nghỉ ngơi.

5. Trong những lễ hội ở Đồ Sơn, hội chọi trâu nổi bật nhất.

6. Lễ hội thường kéo dài một hai ngày thôi.

7. Miền Nam không cần khai thác du lịch trái mùa vì không có bốn mùa như miền Bắc.

8. Ngoài Bắc vì trời rét, Việt kiều không về ăn Tết đông đảo.

ĐỀ TÀI NÓI CHUYỆN

Bạn kể cho lớp nghe những lễ hội ở xứ của bạn, hoặc những trò chơi quan trọng được tổ chức hàng năm.

BÀI 4

VIỆT KIỀU VỀ QUÊ ĂN TẾT

Người Việt ở hải ngoại về Việt Nam ăn Tết ngày càng dễ dàng và trở thành chuyện bình thường, với số lượng người về mỗi năm càng tăng.

Ngày 2 – 4 – 1987, liên ngành du lịch, ngoại giao, nội vụ, ban Việt kiều trung ương đã chính thức công bố các quy định cụ thể cho phép người Việt Nam định cư ở nước ngoài, ra đi vì bất cứ lý do gì, đều được về Việt Nam du lịch kết hợp thăm gia đình. ... Việc mở rộng cấp thị thực nhập cảnh cho Việt kiều về thăm quê hương được coi là bước đầu để triển khai các chính sách đối với Việt kiều như thu hút đầu tư, huy động vốn, đóng góp chất xám.

Chính sách cởi mở, cho phép đi lại dễ dàng, đã thu hút số người từ Mỹ trở về Việt Nam đông đảo nhất, cũng như đóng góp số ngoại tệ nhiều nhất qua việc giúp đỡ thân nhân. Năm 1990, số ngoại tệ từ nước ngoài gửi về chính thức qua hệ thống ngân hàng là 20 triệu USD. Trong năm 1995, số ngoại tệ đã tăng lên 800 triệu USD, chủ yếu là nguồn ngoại tệ từ Mỹ.

[Thời báo Kinh tế Sài gòn, Xuân Bính Tý 1996]

Từ vựng

bình thường	to be normal	kết hợp	to combine with
liên ngành	joint branches	bước đầu	the first step
nội vụ	internal affairs	triển khai	to broaden
chính thức	officially	ra đi	to leave (one's country)
chính thức công bố	to officially proclaim	đối với	regarding
qui định/quy định	regulation	huy động vốn	to mobilize capital
cụ thể	be concrete, specific	đóng góp	to contribute
lý do; vì bất cứ lý do gì	reason; for any reason	thân nhân	relatives, close relations
chủ yếu	main, principal	chất xám	grey matter
... cũng như ...	... as well as ...	hệ thống	system
Ban Việt kiều trung ương	Central Committee for Overseas Vietnamese		
người Việt Nam định cư ở nước ngoài	Vietnamese people who have settled overseas		
đóng góp số ngoại tệ nhiều nhất	to contribute the largest amount of foreign currency		
chủ yếu là nguồn ngoại tệ từ Mỹ	the main source of foreign currency is from the U.S.		

BÀI TẬP VỚI TỪ VỰNG MỚI

Điền những từ sau đây vào khoảng trống:

bước đầu, chất xám, chính sách, đầu tư, đóng góp, hệ thống, kết hợp, quy định, thân nhân, thu hút, triển khai.

1. Người Việt trí thức (intellectual), có tài được xem là _____ của đất nước.

2. Không những có nhiều người về Việt Nam du lịch mà còn có nhiều người về để _____ .

3. Trong mọi công việc, _____ rất khó, nhưng sau thì dễ.

4. Việc gửi tiền về để giúp _____ đã _____ vào số ngoại tệ.

5. _____ cởi mở đã _____ số lượng đông đảo người Việt về thăm quê hương _____ thăm gia đình.

6. Chính sách đối với Việt kiều được _____ nhằm cải thiện nền kinh tế.

7. Số ngoại tệ từ Mỹ được gửi qua _____ ngân hàng.

8. Theo _____ của Nhà nước, những Việt kiều ra đi vì lý do chính trị có thể về Việt Nam dễ dàng.

NGỮ PHÁP

1. **Chia câu** (Dividing sentences)

Trong câu tiếng Việt, ít khi có dấu chấm. Khi bạn đọc một câu dài, bạn thấy khó hiểu, có lẽ là vì bạn chia câu không đúng chỗ. Hơn nữa lại có nhiều từ ghép. Dưới đây là ví dụ để cho bạn thấy bạn phải ngừng ở đâu khi đọc một câu dài.

(In a Vietnamese sentence, there are few punctuation marks. Therefore when you read a long sentence, you might find it difficult to understand, perhaps because you don't know where to pause. Moreover, there are a lot of compound words. In the following sentence, note where the pauses should occur, and note that underlined words are compounds).

Người Việt ở hải ngoại về Việt Nam ăn Tết ngày càng dễ dàng và trở thành chuyện bình thường với số lượng người về mỗi năm càng tăng.

Người Việt ở hải ngoại / về Việt Nam ăn Tết / ngày càng dễ dàng / và trở thành chuyện bình thường / với số lượng người về / mỗi năm càng tăng.

The increasing ease with which overseas Vietnamese return to Vietnam to celebrate Tet has become a matter of course, with the number of visitors increasing every year.

Note on structure (Optional: students may chose to look at the sentence analysis below.)

Người Việt ở hải ngoại : subject of the verb **về**

về Việt Nam ăn Tết : verb + destination and purpose

Người Việt ở hải ngoại về Việt Nam ăn Tết : subject of **ngày càng dễ dàng** and subject of the verb **trở thành** and its attribute **chuyện bình thường**

số lượng người về : subject of the verb **tăng**

với số lượng người về mỗi năm càng tăng : complement to the whole sentence

Bạn đọc câu dưới đây, bạn xem phải ngừng sau từ nào.

Việc mở rộng cấp thị thực nhập cảnh cho Việt kiều về thăm quê hương được coi là bước đầu để triển khai các chính sách đối với Việt kiều như thu hút đầu tư huy động vốn đóng góp chất xám.

2. Trong câu sau đây, gạch dưới (underline) chủ từ (subject) của mỗi động từ (verb) viết nghiêng (verb in italics).

Liên ngành du lịch, ngoại giao, nội vụ, ban Việt kiều trung ương đã chính thức *công bố* các quy định cụ thể *cho phép* người Việt Nam *định cư* ở nước ngoài, *ra đi* vì bất cứ lý do gì, đều được *về* Việt Nam du lịch kết hợp thăm gia đình.

CÂU HỎI

1. Những người ra đi vì lý do chính trị, bây giờ có về Việt Nam được không?

2. Việc cấp thị thực nhập cảnh dễ dàng nhằm mục đích nào?

3. Tại sao người Việt hải ngoại gửi tiền về Việt Nam?

4. Nguồn ngoại tệ từ đâu vào Việt Nam nhiều nhất?

5. Trong năm năm, ngoại tệ tăng lên được bao nhiêu?

TÓM TẮT BÀI (Summary skills)

Bạn làm nốt những câu dưới đây:

Liên ngành du lịch, ngoại giao, nội vụ, ban Việt kiều Trung ương đã công bố

cho phép _____

_____ .

Nhờ có chính sách cởi mở, _____

_____ .

BÀI 5

VIỆT NAM : ĐỊA LÝ VÀ DÂN TỘC

Việt Nam nằm trong khu vực Đông Nam Á. Trên 78 triệu người sống trên một diện tích khoảng 33 vạn ki-lô-mét. Mật độ trung bình toàn quốc thuộc vào loại cao với 80% dân số sống ở nông thôn, tỷ lệ còn lại ở thành thị.

Việt Nam là một bán đảo: đường bờ biển dài 3.260 ki-lô-mét, thuận lợi để phát triển giao thông đường biển và xây dựng hải cảng, các nơi nghỉ mát và du lịch: Đồ Sơn, Sầm Sơn, Đà Nẵng, Nha Trang, vân vân. Trong biển có nhiều đảo (Phú Quốc, Côn Sơn,...) và nhiều quần đảo, nổi tiếng nhất và đẹp nhất thế giới là quần đảo đá vôi ở Vịnh Hạ Long. Thềm lục địa Việt Nam có nhiều mỏ dầu.

Sông ngòi Việt Nam chứa nhiều phù sa. Hằng năm sông Hồng và sông Cửu Long vận chuyển hàng chục vạn tấn. Đó là một nguồn màu mỡ không bao giờ hết. Dải đồng bằng phù sa với 5 triệu héc-ta phì nhiêu, nhất là Đồng bằng Bắc Bộ và Nam Bộ, là những vựa thóc khổng lồ.

Rừng chiếm 44% diện tích cả nước, là rừng nhiệt đới, có nhiều gỗ quý. Đồi núi chiếm 4 phần 5 (4/5) diện tích, có nhiều khoáng sản với điều kiện khai thác dễ dàng, hoặc lộ thiên hoặc nằm ở vị trí giao thông thuận tiện. Các khoáng sản quan trọng là than, sắt, thiếc, vân vân. Các cao nguyên, nhất là cao nguyên đất đỏ miền Nam, là những nơi đủ điều kiện phát triển cây cối.

Việt Nam là một nước nhiều dân tộc. Trong số 54 dân tộc, dân tộc Kinh tức người Việt giữ vai trò trung tâm trong khối cộng đồng các dân tộc và chiếm hơn 85% tổng số dân cả nước. Còn lại là dân tộc ít người. Miền Bắc có hơn 30 dân tộc thiểu số, khoảng 3 triệu người.

[Dựa theo bài trong *Sổ tay Văn hóa Việt Nam* của Trương Chính & Đặng Đức Siêu]

Từ vựng

Đông Nam Á	Southeast Asia
diện tích	surface area
mật độ; mật độ trung bình	density; the average density
nông thôn; thành thị	country; city
bán đảo	peninsula
thuận lợi	to be favorable
hải cảng	port
đảo; quần đảo	island; archipelago
đá vôi	limestone
thềm lục địa; lục địa	continental shelf; mainland (U.S.)
mỏ; mỏ than; mỏ dầu	mine; coal mine; oil well

sông ngòi; đồi núi; cây cối	rivers; hills and mountains; vegetation
chứa	to contain
phù sa	alluvium, silt
vận chuyển	to transport
hàng chục tấn	tens of tons
màu mỡ	fertilizers
dải đồng bằng	the delta strip
vựa thóc	granary
khổng lồ	to be gigantic
chiếm	to occupy
nhiệt đới	tropical
gỗ quý	precious wood
khoáng sản	minerals
mỏ lộ thiên	open cut mine
vị trí; ở vị trí giao thông thuận tiện	location; be conveniently located, easily accessible
than; thiếc; sắt	coal; tin; iron
cao nguyên	highlands
(dân tộc Kinh) tức/tức là (người Việt)	(Kinh people) that is, (the Vietnamese people)
vai trò; vai trò trung tâm	role; the central role
khối; khối cộng đồng	the block; the community

TÓM TẮT BÀI

Tìm những con số để điền vào ô trống:

Dân số	
Diện tích nước Việt Nam	
Tỷ lệ dân số ở thành thị	
Tất cả bao nhiêu dân tộc	
Tỷ lệ dân tộc Kinh tức người Việt	
Bao nhiêu dân tộc ít người ở miền Bắc	
Dân số dân tộc thiểu số ở miền Bắc	

Đất phì nhiêu	
Diện tích rừng	
Diện tích đồi núi	
Đường biển	

Tìm những thông tin để điền vào ô trống

Ở những nơi này	Việt Nam có
Thí dụ: Dải đồng bằng phù sa	những vựa thóc khổng lồ
Đường bờ biển dài	
	hàng chục vạn tấn phù sa
Đồi núi	
	nhiều gỗ quý
Cao nguyên đất đỏ	
	nhiều mỏ dầu

TÌM HIỂU

Bạn đọc lại câu "Đồi núi ... có nhiều khoáng sản với điều kiện khai thác dễ dàng, hoặc lộ thiên hoặc nằm ở vị trí giao thông thuận tiện." Câu này có nghĩa là gì?
Cái gì "lộ thiên", cái gì "nằm ở vị trí giao thông thuận tiện" theo bạn hiểu.

THUYẾT TRÌNH

1.   Với những con số và thông tin trong phần tóm tắt, và với một bản đồ Việt Nam, bạn thuyết trình cho lớp biết về "Địa lý Việt Nam" và "Dân tộc Việt".

2.   Sau đó, bạn nói về địa lý và dân tộc của xứ của mình (your own country).

BÀI 6

Triển lãm "Các dân tộc thiểu số của ba nước Đông Dương"

1   Ngày 14 – 4, tại Trung tâm Văn hoá của thành phố Bu-lô-nhơ Bi-ăng-cua (Boulogne Billancourt) phía tây nam thủ đô Pa-ri đã khai mạc cuộc triển lãm *Các dân tộc thiểu số của ba nước Đông Dương.*

2   Cuộc triển lãm được tổ chức theo sáng kiến của Hội đồng thành phố, viện Bảo tàng Nhân chủng học và được sự hỗ trợ của Bộ Ngoại giao, Bộ Văn hoá và Pháp ngữ.

3   Gần 300 hiện vật, từ bộ trang phục, dụng cụ lao động sản xuất, khí cụ, nhạc cụ, đồ vật cúng lễ, ... do viện Bảo tàng Nhân chủng học lưu giữ từ đầu thế kỷ thứ 19 đến nay, đã được trưng bày một cách khoa học, phản ảnh cuộc đấu tranh bảo vệ giống nòi, cuộc sống lao động, gia đình, nền văn hoá đa dạng của hơn 50 cộng đồng dân tộc thiểu số sống tại các vùng miền núi của ba nước Đông Dương.

4   Trong thời gian mở cửa triển lãm, người xem sẽ được mời dự các buổi thuyết trình của các giáo sư của nhiều trường đại học lớn của Pháp xung quanh chủ đề *Đi tới một khám phá về bán đảo Đông Dương.*

TỪ VỰNG MỚI

Dưới đây là danh sách từ tiếng Anh. Bạn đọc từng đoạn, tìm từ tiếng Việt của nó.

Here is a list of English words. Read each paragraph and find their Vietnamese equivalents. Each line is a word. (For some compound words, try to recognize the word you already know in the compound).

Thí dụ:

Museum of Anthropology	<u>Viện</u> <u>Bảo</u> <u>tàng</u> <u>Nhân</u> <u>chủng</u> <u>học</u>
idea, initiative	<u>sáng</u> <u>kiến</u>

Đoạn 1 và 2

Municipal Council	_____ _____ _____ _____
sponsorship	_____ _____ _____
to open	_____ _____

Đoạn 3

artifacts	___ ___	the struggle	___ ___ ___
century	___ ___	to display	___ ___
ceremonial objects	___ ___ ___	to conserve	___ ___
costumes	___ ___	to reflect	___ ___
multiculturalism	___ ___ ___	tools	___ ___
musical instruments	___ ___	working tools	___ ___ ___
race	___ ___		

Đoạn 4

discovery	___ ___ ___	seminar	___ ___ ___
peninsula	___ ___	to attend	___

TÓM TẮT BÀI ĐỌC

Triển lãm do ai tổ chức hoặc bảo trợ?	Nơi triển lãm, ngày giờ, địa điểm	Những hiện vật được trưng bày	Hiện vật phản ảnh gì?

BÀI TẬP VIẾT

Dựa theo bài báo trên, bạn hãy viết một bài báo giới thiệu một cuộc triển lãm nào đó. Cho người đọc biết:

– Triển lãm về gì?

– Tại đâu, vào thời gian nào?

– Ai tổ chức?

– Sẽ có diễn thuyết hay không? Về chuyên đề nào? Do ai diễn thuyết?

TỪ VỰNG CHỦ ĐỀ MỘT

NOUNS	NOUNS	VERBS	ADJECTIVES
quần thể	địa lý	công nhận	nổi tiếng
cố đô	diện tích	xếp hạng	nổi bật
danh mục	mật độ	giúp đỡ	trang trọng
di sản	đảo	trùng tu	bình thường
nhân loại	bán đảo	bảo tồn	chính thức
tổng số	quần đảo	khai trương	rét
thiên nhiên	đá vôi	công bố	cụ thể
công ước	phù sa	ra đi	thuận lợi
ủy ban	thềm lục địa	kết hợp	khổng lồ
giá trị	sông ngòi	triển khai	lộ thiên
toàn cầu	đồi núi	huy động vốn	nhiệt đới
lợi ích	cây cối	đóng góp	
quy định	vựa thóc	vận chuyển	
chất xám	màu mỡ	chiếm	
lý do	cao nguyên	đấu tranh	
du lịch trái mùa	dải đồng bằng	tôn tạo	
châu	vị trí	trưng bày	
Hội chọi trâu	vai trò	khai mạc	
địa phương	cuộc đua tài	lưu giữ	
vụ gặt mùa	Viện Bảo tàng	hỗ trợ	
liên ngành	than	khám phá	
cảnh quan	thiếc		
hệ thống	sắt		**EXPRESSIONS**
hội lễ	gỗ quý		do đó
chuyên đề	khoáng sản		Nền văn hoá đa dạng
chủ đề	sáng kiến		điều kiện tự nhiên
hiện vật	bộ trang phục		nhằm thu hút du lịch
dụng cụ/khí cụ	giống nòi		người Việt hải ngoại
nhạc cụ			Ban Việt kiều
đồ vật cúng lễ			trung ương

Uống nước nhớ nguồn

When one drinks water, one remembers its source:
One should always show gratitude to one's parents.

2
CHỦ ĐỀ HAI

VẤN ĐỀ Y TẾ - AN TOÀN - DÂN SỐ

BÀI 1

Pre-reading activity

This billboard is related to the reading "The Prime Minister's Instructions (Chỉ thị của Thủ tướng)," which follows. Both were part of the same campaign. The communiqué appeared in all Vietnamese newspapers, with each city responding personally to the campaign by displaying its own billboard.

Look at the billboard and speculate about the contents of the article before reading it. Your teacher will guide you in this activity. After the activity, you will find reading the text a lot easier.

CHỈ THỊ CỦA THỦ TƯỚNG
VỀ VIỆC CẤM SAY RƯỢU

Thủ tướng Chính phủ đã ra Chỉ thị số 351/TTg về việc cấm say rượu. Chỉ thị nêu rõ: Hiện nay, tệ uống nhiều rượu đang có chiều hướng phát triển, gây ảnh hưởng xấu tới trật tự an toàn xã hội, hạnh phúc gia đình, và trái với truyền thống văn hoá và nếp sống lành mạnh của xã hội Việt Nam, ảnh hưởng đến sức khỏe và khả năng làm việc của con người.

Thủ tướng Chính phủ chỉ thị: Cấm say rượu ở công sở, nơi làm việc, trong các khách sạn, trên các phương tiện giao thông và nơi công cộng. Cấm trẻ em dưới 16 tuổi uống rượu bia, nghiêm cấm bán và uống rượu trong các trường phổ thông.

Thủ tướng giao cho chính quyền các cấp, các bộ Văn hoá–Thông tin, Thương mại, Công nghiệp, Giáo dục, Nội vụ, Tư pháp,... đẩy mạnh cuộc vận động chống say rượu, đồng thời tuyên truyền để nhân dân tự nguyện hạn chế những tập tục ăn uống rượu chè quá tốn kém.

TỪ VỰNG

1. Đoán nghĩa từ mới

Bạn ghép từ mới với ý nghĩa của nó trong cột 2. Để làm bài tập này, bạn đọc lại câu có từ mới, rồi xem nhóm từ nào trong cột 2 có thể thay thế từ mới.

Connect the new compound word to its meaning in the right-hand column. Read the sentence where the word appears, and see if the meaning fits there.

Thí dụ: 1. *chỉ thị*   d. lời dặn, bảo (của người trên)

1.	*chỉ thị* (noun)	a.	cùng một lúc
2.	*chiều hướng*	b.	đưa ra một chương trình để giáo dục người dân làm một việc gì
3.	*trật tự*	c.	những gì đã làm từ lâu và đã quen rồi
4.	*trường phổ thông*	d.	lời dặn, bảo (của người trên)
5.	*đồng thời*	e.	sự tổ chức đã có sẵn
6.	*vận động*	f.	(đi theo một) đường lối
7.	*tuyên truyền*	g.	cơ quan chính phủ lo về bảo vệ luật

8. *tự nguyện*   h. tiểu học và trung học

9. *hạn chế*   i. tự làm lấy một việc, không cần ai bảo

10. *tập tục*   j. nói thế nào để cho mọi người nghe theo

11. *bộ Tư pháp*   k. bớt, giảm xuống

Note: **tệ** or **nạn** or **tệ nạn** are used as classifiers for social misconduct or blunders, e.g. nạn rượu chè, tệ uống nhiều rượu, tệ hút thuốc lá, tệ nạn tham nhũng, tệ nạn hối lộ, ...

ăn uống rượu chè (expression): to eat and drink excessively, particularly drinking.

2. Bài tập với từ vựng mới

Điền những từ mới sau đây vào khoảng trống: *chỉ thị* (used here as a verb), *chiều hướng, đồng thời, hạn chế, trật tự, tuyên truyền, tự nguyện, vận động*

a. Họ không cần ai _____ đi công tác xa, họ sẽ _____ xin đi.

b. Các trường học phải _____ cha mẹ không để con cái họ uống rượu,

    _____ cũng phải _____ sự nguy hiểm của tập tục ăn uống

    rượu chè.

c. Để giữ _____ trong những nơi công cộng, người ta phải

    _____ việc bán và uống rượu.

d. Nền kinh tế phát triển nhanh, nạn nghèo đói có _____ đi xuống.

TÓM TẮT BÀI

Say rượu ảnh hưởng xấu đến	Những nơi cấm uống rượu	Những cơ quan nào sẽ lo về vấn đề này	Những biện pháp đưa ra

BÀI NÓI CHUYỆN

1. Thủ tướng giao cho sáu bộ đẩy mạnh cuộc vận động chống say rượu. Theo bạn, mỗi bộ có nhiệm vụ nào?

2. Bạn nói về tệ nạn rượu chè trong thành phố bạn ở.

BÀI 2

129,6 TRIỆU USD CHO Y TẾ

Ngân hàng Châu Á sẽ tài trợ 41 triệu USD, tổ chức AID tài trợ 50 triệu USD với sự giúp đỡ của Chính phủ Đức và sự đóng góp của Chính phủ Việt Nam để thực hiện một dự án lớn về y tế. Tổng số tiền đầu tư cho dự án lên tới 129,6 triệu USD. Dự án bao gồm chương trình đổi mới cơ cấu chăm sóc y tế cơ bản của 15 tỉnh, tăng cường thông tin, giáo dục về y tế, cung cấp phương tiện chống thụ thai, và tăng cường phục vụ y tế gia đình. Đây là dự án đầu tiên về y tế của Việt Nam.

cơ cấu	structures	chăm sóc y tế cơ bản	basic healthcare
cung cấp	to provide	tăng cường	to strengthen

SUY LUẬN (Inference)

Bạn tìm trong bài những câu chứng minh những điểm này:

Find the sentences in the text that give evidence for these points:

1. Người dân chưa biết nhiều về vấn đề giữ gìn sức khỏe.
2. Tại nhiều nơi, phải thay đổi hoàn toàn chương trình bảo vệ sức khỏe.
3. Từ trước đến nay, chưa có chương trình y tế nào.
4. Vấn đề dân số sẽ được giải quyết.

ĐỀ TÀI NÓI CHUYỆN

Nhìn vào ảnh này, bạn suy đoán (speculate) về thói quen của người Việt khi bị bệnh.

Note: **Con dao hai lưỡi** is a "double-edged sword."

BÀI 3

Pre-reading activity

Look at the title and subtitles of each paragraph. Speculate about the contents of the article, e.g. the reasons why people smoke and the measures they might take to quit smoking.

THUỐC LÁ VÀ SỨC KHỎE

Tại Việt Nam, mỗi năm có khoảng 60.000 người chết vì thuốc lá. Mời bạn đọc bài này để biết tại sao người ta bắt đầu hút thuốc lá và làm thế nào để bỏ hút.

Không bao giờ quá trễ để bỏ thuốc lá

Bất kể bạn bắt đầu hút thuốc lá từ bao giờ, lúc nào bạn bỏ được thói quen đó là bạn có thể tránh được nhiều bệnh nguy hiểm như ung thư phổi, ung thư cổ họng, các bệnh về tim, mạch. Sau năm năm bỏ thuốc, nguy cơ tử vong từ những bệnh này giảm đến một nửa. Sau khoảng mười lăm năm, người hút có cùng những may rủi với người không hút thuốc. Khi được hỏi, 4 trong 5 người nói là họ muốn bỏ thuốc, nhưng chỉ 1 trong 4 người bỏ được. Ý chí là then chốt để giúp người ta bỏ thành công.

Thanh thiếu niên và thuốc lá

Nhiều thanh thiếu niên tập tành hút thuốc vì nhiều lý do: để làm người lớn, bị áp lực của bạn bè hay vì muốn che dấu sự nhút nhát trước đám đông. (...) Những tấm quảng cáo thuốc lá hấp dẫn thu hút giới trẻ. Nếu bắt đầu hút thuốc trước tuổi 20, sẽ khó bỏ hơn những người bắt đầu hút khi đã lớn.

Làm thế nào để bỏ thuốc lá?

Để phá bỏ thói quen, lớn cũng như trẻ, bạn phải thay đổi sinh hoạt của bạn. Tránh những hoàn cảnh sẽ làm cho bạn phải hút. Thí dụ, nếu bạn có thói quen hút ngay sau bữa ăn, thì bạn tập rời khỏi bàn ngay sau khi ăn, rót nước uống thay vì châm thuốc.

Nếu bạn hút thuốc để thư giãn, thì bạn nên tìm đến những phương thức khác giải tỏa stress như tham gia một sinh hoạt nào đó, hoặc tập thể dục thư giãn. Nếu bạn có bạn bè hút thuốc, một hai tuần lễ đầu, bạn nên tránh gặp họ, cho đến khi bạn đã đủ sức chống lại sự thèm thuốc. Bạn cũng nên tránh những nơi có nhiều người hút như những quán cà-phê, những hộp đêm.

Nếu bạn thường hút khi buồn chán, khi không có gì để làm, bạn nên bắt đầu tập một môn thể thao hay phát triển một sở thích nào đó. Thể thao còn giúp bạn bớt tăng cân khi bỏ thuốc.

Phải bỏ dứt khoát. Không thể bỏ từ từ. Không nên nghĩ chỉ hút vài hơi thôi. Vứt hết thuốc, hộp quẹt. Hãy mua cho bạn một món quà với số tiền bạn đã để dành được vì không hút thuốc.

["Alcohol, Smoking and Drug Abuse" — Tạp chí Phụ Nữ dịch]

SUY LUẬN (Inference)

Đề tài này không xa lạ. Bạn có thể đoán nội dung của bài mà không cần phải hiểu tất cả các từ mới.

Bây giờ bạn tìm trong bài những câu chứng minh những điểm sau đây:

1. Để cho tinh thần được thoải mái, thay vì hút thuốc, nên tập thể thao.

2. Nhiều khi vì bạn bè mà người ta bắt đầu hút thuốc lá.

3. Những người hút thuốc muộn bỏ thuốc lá dễ hơn những người hút lúc trẻ.

4. Một trong những lý do trẻ em hút là vì họ thiếu tự tin (lack self-confidence).

5. Bạn bắt đầu hút thuốc vào bất cứ tuổi nào, bạn vẫn có thể bỏ được thuốc lá.

6. Bỏ thuốc lá không khó, nếu mình đã quyết định bỏ.

7.   Người bán thuốc lá kinh doanh rất tài.

8.   Nếu đã có ý định bỏ thuốc lá rồi, bạn phải tập bỏ trong một thời gian ngắn.

9.   Sau khi bỏ thuốc lá khá lâu, bạn sẽ khoẻ như một người chưa bao giờ hút thuốc.

10.   Sau một thời gian ngắn bỏ thuốc lá, người ta có năm mươi phần trăm hy vọng là sẽ không bị chết vì thuốc lá.

DÙNG TỪ VỰNG MỚI

Có lẽ bạn đã đoán được ý nghĩa của những từ này:

áp lực, nguy cơ tử vong, nhút nhát, tập tành, thèm, thư giãn.

Với những từ ấy, điền vào khoảng trống.

1.   Thường khi bị căng thẳng, tôi nghe nhạc để _____ .

2.   Ở trường học, trẻ em nhỏ thường hay bị _____ của những đứa lớn hơn chúng.

3.   Em tôi rất _____ . Nó rất sợ phải thảo luận trước lớp.

4.   Với sự phát triển của khoa học, _____ của những bệnh khó chữa đã giảm xuống nhiều.

5.   Em tôi rất chịu khó _____ thể thao.

6.   Khi bạn thấy _____ thuốc lá, bạn hãy ăn kẹo cao su có chất nicotin.

TÓM TẮT BÀI

1.   Bạn cho biết hai căn bệnh gây ra bởi thuốc lá.

2.   Bạn cho biết bốn lý do giới trẻ hút thuốc.

3.   Bạn cho biết vài giải pháp để bỏ thuốc lá.

ĐỀ TÀI NÓI CHUYỆN

Ở nước bạn, giới nào hút thuốc lá nhiều nhất? Giới trẻ hay giới người lớn, nam hay nữ? Tỷ lệ là bao nhiêu? Tại sao họ hút?

Ba năm ở với người đần,
Chẳng bằng một lúc ghé gần người khôn

One moment spent with an intelligent person
is worth much more than three years of living with a dull person.

BÀI 4

Bạn xem hai bảng đường.

Bảng 1 nhắm vào (aim at) lứa tuổi nào, trẻ hay lớn? nam hay nữ? Bạn nhìn ảnh vẽ, đoán xem *phóng nhanh*, *lái ngoằn ngoèo* là gì? *lạng lách*: lái nghiêng sang một bên và chen vào giữa đám xe. Tiếng Anh là gì?

Bảng 2: Ai phải giữ trật tự? Để đảm bảo an toàn cho ai?

BÀI 5

3 THÁNG ĐẦU NĂM: 1.187 NGƯỜI CHẾT

―――――――――――――

Tình hình tai nạn giao thông đường bộ những năm gần đây diễn ra nghiêm trọng và có chiều hướng gia tăng. Đó là nhận xét chung của các đại biểu tham dự "Hội nghị toàn quốc lần thứ nhất về bảo đảm an toàn giao thông trên các đoạn đường đèo dốc," vừa được tổ chức tại thành phố Đà Nẵng.

Được biết, trong ba tháng đầu năm 1996, đã xảy ra 4.141 vụ tai nạn giao thông, làm chết 1.187 người, làm bị thương 4.549 người và thiệt hại tài sản ước tính 10.512 triệu đồng. Bình quân mỗi ngày có 14 người chết và 40 người bị thương do tai nạn giao thông đường bộ.

Chất lượng hệ thống đường bộ đã xuống cấp đến mức báo động là một trong những nguyên nhân quan trọng dẫn đến tình hình trên. Chỉ có 18% trong 13.526 km quốc lộ được trải nhựa và 12% trong 16.674 km đường địa phương. Đường xấu chiếm 47,6% mạng lưới đường bộ quốc gia. Nhà nước chỉ đầu tư được 23% nhu cầu vốn để sửa chữa và xây dựng đường bộ.

Tại Hội nghị Đà Nẵng, trong những kiến nghị được các đại biểu đưa ra có kiến nghị về cải tạo hệ thống đường sá và tuyên truyền luật lệ giao thông.

TỪ VỰNG

1. Đoán nghĩa từ mới

Bạn ghép từ mới với ý nghĩa của nó.

1.	*đèo dốc*	a.	nguy hiểm, phải giải quyết ngay
2.	*bị thương*	b.	quyết định
3.	*thiệt hại*	c.	hệ thống
4.	*xuống cấp*	d.	làm mất
5.	*mức báo động*	e.	không bị chết
6.	*nguyên nhân*	f.	đường đi lên đi xuống
7.	*mạng lưới*	g.	lý do
8.	*kiến nghị*	h.	trở nên xấu

Note about **vụ** – The classifier **vụ** is used to categorize accidents and legal cases.
Examples :   vụ tai nạn máy bay : an airplane crash
                    vụ giết người : a murder case
                    vụ buôn lậu : a smuggling case
                    vụ làm tiền : a money extortion case
                    vụ tham nhũng : a corruption case

2. Dùng từ mới

Điền những từ sau đây vào khoảng trống:
bị thương, đèo dốc, mức báo động, nguyên nhân, thiệt hại tài sản

1.   Đường lên miền Tây có nhiều _____ .

2.   Rất may, trong nạn lụt ở miền Trung vừa rồi, không có người bị chết, chỉ có
     người _____ . Tuy nhiên nhà cửa bị tàn phá, _____
     tính đến hàng triệu.

3.   _____ của tai nạn giao thông này là do họ lái xe máy ngoằn ngoèo.

4.   Nạn hút thuốc lá tăng đến _____ trong giới thanh niên.

NGỮ PHÁP

Chia câu - Khi đọc những câu này, bạn xem phải ngừng ở đâu?

1.   Tình hình tai nạn giao thông đường bộ những năm gần đây diễn ra nghiêm
     trọng và có chiều hướng gia tăng.

2.   Chất lượng hệ thống đường bộ đã xuống cấp đến mức báo động là một trong
     những nguyên nhân quan trọng dẫn đến tình hình trên.

3.   Trong những kiến nghị được các đại biểu đưa ra có kiến nghị về cải tạo hệ thống
     đường sá và tuyên truyền luật lệ giao thông.

TÓM TẮT BÀI ĐỌC

1. Với thông tin trong bài, bạn làm nốt câu:

   1. Hội nghị về _____ .

   2. Các đại biểu nhận xét rằng _____ .

   3. Chỉ trong ba tháng mà đã có _____ .

4. Bình quân mỗi ngày có _____ .

5. Nguyên nhân quan trọng của tai nạn giao thông là _____ .

6. Kiến nghị được đưa ra là _____ .

2. Tìm những con số

1. Quốc lộ (national roads) được trải nhựa (sealed asphalt roads) chiếm _____
   của _____ .

2. Đường địa phương (regional roads) được trải nhựa chiếm _____

   của _____ .

3. Trong tất cả các đường bộ quốc gia (national roads), đường xấu chiếm
   _____ .

ĐỀ TÀI NÓI CHUYỆN

1. Nói về những nguyên nhân tại nạn giao thông tại nước của bạn.
2. Sau đó, bạn đọc bài báo dưới đây, xem nói về gì. Bạn chỉ cần chú trọng đến những từ mà bạn đã biết rồi để hiểu ý nghĩa tổng quát của bài này. (By recognizing the familiar vocabulary, you can get a general idea of the article).

"Xích lô trẻ em" xuất hiện trên đường phố

(TT-TP.HCM) - Gần đây, trên địa bàn TP.HCM xuất hiện nhiều trẻ em đạp những chiếc xích lô nhỏ chạy khắp nơi, dễ thấy nhất là ở các tuyến đường Lý Chính Thắng, Trần Quốc Thảo, Đoàn Văn Bơ và trong các hẻm... Xích lô trẻ em (XLTE) mô phỏng hình dáng xích lô bình thường nhưng kích thước thùng xe được thu nhỏ, bán với giá từ 180.000 250.000đ. Hiện nay, nhiều chỗ đã mua xe để mở dịch vụ cho thuê với giá 4.000đ/giờ/chiếc.

Trao đổi với phóng viên, thiếu tá Nguyễn Thị Hồng Duyên, đội tham mưu Phòng Cảnh sát giao thông đường bộ - Công an TP.HCM, xác định: "XLTE, xe đạp trẻ em là những phương tiện cấm lưu hành trên đường bởi vì sẽ cản trở lưu thông, gây nguy hiểm đến tính mạng của các em và người đi đường. Những em nhỏ chạy XLTE trên đường sẽ bị phạt và cha mẹ các em phải chịu trách nhiệm thay. Điều quan trọng, phụ huynh phải lưu ý giáo dục con em mình, và công an địa phương cần quản lý, nhắc nhở các em, đồng thời các ngành chức năng phát hiện, kiểm tra các cơ sở sản xuất XLTE, điểm dịch vụ cho thuê để xử lý.

HOA TUYẾT - MINH HÀO

Hai em nhỏ chở nhau trên xích lô trẻ em ở một quãng đường Lý Chính Thắng (đoạn giữa Trần Quốc Thảo và Nam Kỳ Khởi Nghĩa), nơi có nhiều xe qua lại (ảnh chụp sáng 7-9)

BÀI 6

DÂN SỐ VÀ KẾ HOẠCH HOÁ GIA ĐÌNH

Qua các báo trong nước *(Newspaper review)*

Trong thời gian gần đây, hầu hết các báo trong nước tập trung nêu nội dung về hạn chế sinh đẻ và thực hiện kế hoạch hoá gia đình:

"Làm thế nào để giảm được tỷ lệ tăng số dân hằng năm? Thực hiện những biện pháp gì để có hiệu quả về sinh đẻ có kế hoạch trên các địa bàn?"

1	"Dân số ổn định, Bình Thuận phồn vinh, gia đình hạnh phúc." *Báo Bình Thuận*

2	"Sinh đẻ có kế hoạch: vừa ích nước, vừa lợi nhà." *Báo Lao Cai*

3	"Vì chất lượng cuộc sống, vì chất lượng giống nòi, mỗi cặp vợ chồng chỉ có một hoặc hai con." *Báo Hải Hưng*

4	"Hạ tỷ lệ phát triển dân số phải đi đôi với việc bảo vệ sức khỏe bà mẹ trẻ em. Ngành Y tế cần tổ chức tốt công tác tiêm chủng cho trẻ em, đồng thời mở rộng các dịch vụ thực hiện kế hoạch hoá gia đình gần với dân, thuận tiện với mọi lứa tuổi trong diện sinh đẻ, không để thiếu các phương tiện tránh thai và bảo đảm an toàn cho các đối tượng dùng dụng cụ tránh thai." *Báo Hà Giang*

5	"Làm tốt chương trình dân số –kế hoạch hoá gia đình là nhân tố quyết định phát triển nền kinh tế và là mục tiêu nâng cao dân trí cho mọi người trong toàn xã hội. Từ nhận thức đó, các Ủy ban Dân số – Kế hoạch hoá gia đình từ tỉnh đến huyện, xã ngày càng được kiện toàn và hoạt động ngày càng có chất lượng hơn. Đây là một cố gắng lớn đối với một tỉnh miền núi." *Báo Lạng Sơn*

TỪ VỰNG MỚI

1. Đoán nghĩa từ mới

Bạn hãy ghép mỗi từ với ý nghĩa của nó.

Lời mở đầu và bài báo 1, 2, 3

1. *công tác*	a.	cùng nhau nói về một sự việc
2. *đi đôi với*	b.	giàu có
3. *địa bàn*	c.	tốt, có lợi
4. *giống nòi*	d.	công việc của nhà nước hay một tổ chức
5. *hiệu quả*	e.	đứng một chỗ, không lên, không xuống
6. *ích lợi*	f.	khu vực
7. *nội dung*	g.	chung, cùng với
8. *ổn định*	h.	kết quả của một sự việc nào đó
9. *phồn vinh*	i.	những thế hệ sau này
10. *tập trung*	j.	những điều trong một bài báo

Bài báo 4, 5

11. *dân trí*	k.	người (mà người ta đang nói đến)
12. *đối tượng*	l.	làm cho ít đi, bớt đi
13. *đồng thời*	m.	làm cho mạnh hơn, đầy đủ hơn
14. *hạ*	n.	trình độ hiểu biết của người dân
15. *kiện toàn*	o.	để không có con
16. *nhân tố*	p.	thích hợp
17. *nhận thức*	q.	cùng một lúc
18. *thuận tiện*	r.	hiểu biết
19. *tránh thai*	s.	một sự việc để đưa đến một kết quả nào đó

About **hoá** in kế hoạch hoá: see note in Topic 3, Reading 1

Note on article 2: "ích nước lợi nhà" (= "ích lợi cho nước nhà": be beneficial for the country) is called a four-syllable expression. To form a four-syllable expression, one takes one word from the compound adjective and alternates it with one word of the compound noun (or compound verb). In this instance with **vừa** (as well as), the writer uses the four-syllable structure and adds **vừa** in front of each two-syllable: "vừa ích nước, vừa lợi nhà".

Four-syllable idiomatic expressions are commonly found in Vietnamese, especially in proverbs, folk sayings, and sometimes in speech. Here are some expressions:

Verbs and adjectives: ăn chắc mặc bền (ăn mặc chắc bền), ăn ngon mặc đẹp, ăn khổ ở cực, trông xa nhìn rộng, ...

Nouns and adjectives: cơm no áo ấm (cơm áo no ấm), ngày lành tháng tốt, nhà cao cửa rộng, vợ hiền con ngoan,

With numbers: trăm công nghìn việc (trăm nghìn công việc), trăm nhớ nghìn thương (trăm nghìn nhớ thương), ...

2. Bài tập với từ vựng mới

Điền vào khoảng trống với những từ:

công tác, dân trí, đối tượng, hiệu quả, ích lợi, kiện toàn, nhân tố, nhận thức, phồn vinh

1. Một khi dân số ổn định, xã hội sẽ trở nên _____ .

2. Một trong những _____ của sự phát triển nền kinh tế là việc hạn chế sinh đẻ.

3. Muốn đạt _____ , phải _____ chương trình nâng cao _____ .

4. Người dân phải _____ rằng gia đình đông con không đem lại _____ nào.

5. Nhiều _____ dùng dụng cụ tránh thai muốn dụng cụ phải được an toàn.

6. _____ bảo vệ sức khỏe của mẹ lẫn con đi đôi với việc giảm tỷ lệ dân số.

SUY LUẬN

Bạn đọc qua những bài báo, xem báo nào nêu lên những điểm này:

1. Muốn có một đời sống tốt, nên có ít con.

2. Dân số cao hay thấp ảnh hưởng đến nền kinh tế.

3. Sinh đẻ có kế hoạch không những tốt cho mình mà còn tốt cho nước nhà.

4. Những người phụ trách công tác dân số nhờ hiểu biết nhiều hơn nên làm việc tốt hơn.

5. Phải giáo dục người dân về hai vấn đề dân số và kế hoạch hoá gia đình.

Gái tham tài, trai tham sắc

A woman looks for a talented man; a man looks for a beautiful woman.

BÀI 7

NHÂN NGÀY DÂN SỐ THẾ GIỚI 11 THÁNG 7
DÂN SỐ TRONG TAY CHÚNG TA

Ngày Dân số Thế giới năm nay (11/7), Việt Nam đặt lên bàn báo công toàn cầu những thành tích rất đáng ghi nhận. Mức sinh từ 44 phần ngàn (44/1000) vào đầu những năm 60 đã giảm xuống, còn 25,3 phần ngàn 25,3/1000) vào năm 1994. Số con trung bình của một phụ nữ trong tuổi sinh đẻ, cũng vào khoảng thời gian nói trên, giảm từ 5,73 con xuống 3,1 con.

Phân tích sự hình thành những kết quả phấn khởi trên đây, có người cho rằng do lãnh đạo các cấp đã có sự chuyển biến nhận thức khá mạnh mẽ. Cũng có người khẳng định kết quả đặt được là do sự gia tăng có tính nhảy vọt của mức ngân sách nhà nước chi cho công tác Dân số và Kế hoạch hóa gia đình (năm 1989: 600 triệu đồng, năm 1995: 285,6 tỷ đồng). Lại có người nhắc đến số tiền viện trợ 80 triệu USD rót cho Việt Nam từ năm 1978 đến nay như một yếu tố quan trọng góp phần đem lại kết quả thực hiện Dân số và Kế hoạch hóa gia đình những năm qua.

[Báo Tuổi trẻ]

TỪ VỰNG MỚI

1. Hiểu từ ghép mới bằng cách nhận biết một từ quen thuộc trong từ ghép

Understanding unknown compound words by recognizing a familiar word in the compound word

Trong mỗi từ ghép dưới đây, bạn đã biết một từ hoặc ý nghĩa của từng từ.

báo công	*báo* : cho biết (từ cùng gia đình: báo cáo, báo chí)
	công : công việc, công trình, công lao
báo công:	báo cáo công việc làm tốt, kết quả tốt, thành tích tốt
toàn cầu	*toàn* : tất cả
	cầu : quả/trái cầu, thế giới
toàn cầu:	cả thế giới
thành tích	*thành* : thành công
	tích : chuyện, công việc
thành tích :	kết quả tốt

ghi nhận	*ghi* :	viết để giữ lại (e.g. ghi tên)
	nhận :	công nhận
ghi nhận :	công nhận và ghi vào	

phân tích	*phân* :	chia
phân tích :	xem từng chi tiết để cắt nghĩa kết quả.	

hình thành	*hình* :	những đường nét
	thành :	trở nên
hình thành / thành hình :	bắt đầu tồn tại	

chuyển biến	*chuyển* :	di chuyển
	biến :	biến đổi
chuyển biến :	thay đổi	

2. Đoán nghĩa của những từ khác

Bạn hãy ghép từ hay từ ghép viết nghiêng (words in italics) với nghĩa của nó.

1.	*Nhân* ngày Dân số	a.	cung cấp
2.	kết quả *phấn khởi*	b.	đóng góp
3.	*lãnh đạo các cấp*	c.	nhân tố
4.	*khẳng định* kết quả	d.	vào dịp
5.	*ngân sách*	e.	những người cầm đầu một tổ chức, một đảng, có trách nhiệm khác nhau
6.	tính *nhảy vọt*	f.	vui, tốt
7.	mức ngân sách *chi* cho công tác	g.	nhảy cao và xa
8.	80 triệu *rót* cho Việt Nam	h.	nhận là đúng, là có
9.	một *yếu tố* quan trọng	i.	số tiền đã định để dùng vào một công việc
10.	*góp phần*	j.	tổng số tiền mà nhà nước hay một tổ chức có để chi tiêu cho những việc cần thiết

3. Bài tập với từ vựng mới

Điền vào khoảng trống với:

sự chuyển biến, góp phần, hình thành, khẳng định, lãnh đạo, mức ngân sách, phấn khởi, yếu tố

1. Các nhà _____ rất _____ về sự _____

    của phong trào kế hoạch hoá gia đình.

2. Nâng cao dân trí là một _____ quan trọng trong việc giảm số dân.

3.   Chương trình viện trợ cũng đã _____ vào thành tích đáng kể này.

4.   Vì anh ấy không chắc có buổi thuyết trình vào ngày thứ năm, tôi

        _____ lại với anh ấy ngày giờ.

5.   Nến kinh tế Việt Nam đang trải qua một _____ đáng ghi nhận.

6.   Chính phủ vừa mới công bố _____ chi cho giáo dục trong năm nay.

NGỮ PHÁP

Chia câu - Bạn đọc hai câu này, xem phải ngừng ở đâu.

1.   Phân tích sự hình thành những kết quả phấn khởi trên đây có người cho rằng do lãnh đạo các cấp đã có sự chuyển biến nhận thức khá mạnh mẽ.

2.   Cũng có người khẳng định kết quả đạt được là do sự gia tăng có tính nhảy vọt của mức ngân sách nhà nước chi cho công tác Dân số và Kế hoạch hóa gia đình

SUY LUẬN

Những câu nào trong bài chứng minh những điểm này:

1.   Có sự thay đổi rất lớn trong cách suy nghĩ của các nhà lãnh đạo.
2.   Tiền viện trợ của Mỹ cũng đã góp phần vào sự thành công của công tác dân số.
3.   Việt Nam muốn cho thế giới biết những thành tích trong việc hạn chế sinh đẻ.
4.   Mức ngân sách cho Công tác Dân số được tăng lên rất nhiều.
5.   Công tác Dân số thành công hay không tùy thuộc vào Việt Nam.
6.   Trước kia, số tiền của nhà nước dành cho Công tác Dân số không cao.

TÓM TẮT

Bạn cho biết ba yếu tố đã giúp Việt Nam đạt thành tích trong công tác Dân số.

ĐỀ TÀI NÓI CHUYỆN

1.   Dân số ở nước của bạn có là một vấn đề như ở Việt Nam không?
2.   Chia sinh viên làm hai nhóm. Một nhóm chủ trương (advocate) gia đình phải đông con, nhóm khác quả quyết (affirm) phải giảm dân số. Mỗi nhóm phải biện luận (argue) như thế nào ?

TỪ VỰNG CHỦ ĐỀ HAI

NOUNS	VERBS	ADJECTIVES	EXPRESSIONS
chỉ thị	vận động	tự nguyện	ăn uống rượu chè
chiều hướng	tuyên truyền	nhút nhát	thiệt hại tài sản
trật tự	hạn chế	ngoằn ngoèo	Nhân ngày dân số
trường phổ thông	tập tành	hiểm yếu	đồng thời
áp lực	thèm	bình quân	chăm sóc y tế căn bản
nguy cơ tử vong	thư giãn	hài lòng	phương tiện chống thụ thai
đại biểu	phóng (xe)	ích lợi	
đường trải nhựa	lạng lách	thuận tiện	
đường đèo dốc	bị thương	phồn thịnh	
giải pháp	cải tạo	ổn định	
hội nghị	thiệt hại	phấn khởi	
kiến nghị	xuống cấp		
mức báo động	báo động		
nguyên nhân	tập trung		
quốc lộ	kiện toàn		
đường địa phương	báo công		
mạng lưới	ghi nhận		
tài sản	chi cho		
toàn quốc/toàn cầu	rót cho		
vị trí	góp phần		
công tác	phân tích		
dân trí	hình thành		
dụng cụ	chuyển biến		
địa bàn	khẳng định		
đối tượng	nhảy vọt		
hiệu quả	ước tính		
nhân tố	quyết tâm		
yếu tố	nhận thức		
nhận thức	tập thể dục		
ngân sách	giải toả		
lãnh đạo các cấp	cung cấp		
tập tục			
phương thức			
cơ cấu			

Của dễ được dễ mất

Money easily acquired is quick to disappear.

3
CHỦ ĐỀ BA

MÔI TRƯỜNG

SAVE THE OZONE LAYER

HÃY CỨU LẤY BẦU TRỜI THÀNH PHỐ

Toàn dân tích cực tham gia phong trào chống ô nhiễm, thực hiện tốt các qui định của nhà nước về kiểm soát ô nhiễm môi trường trong giao thông.

BÀI 1

Ô NHIỄM MÔI TRƯỜNG Ở NÔNG THÔN

Nước ta là một nước nông nghiệp có vùng nông thôn rộng lớn với 80% dân số cả nước, hằng ngày lao động và sinh sống. Nơi đây, đã và đang trong tình trạng ô nhiễm môi trường nặng nề, do tác động của sản xuất công nghiệp và nông nghiệp.

Quá trình đô thị hoá, công nghiệp hoá đang biến vùng nông thôn thành "túi đựng" chất thải. Các đô thị hiện chỉ chiếm 0,4% tổng diện tích tự nhiên cả nước, nhưng lại tập trung với mật độ cao các chất thải sinh hoạt và công nghiệp.

Ở nông thôn, các hoá chất sử dụng trong sản xuất nông nghiệp gây tình trạng ô nhiễm môi trường đến mức báo động.

TỪ VỰNG

1.   NOUN **or** ADJECTIVE + **hoá**   (hoá : to become, to transform)

Examples of NOUNS with **hoá** added:

công nghiệp :	industry	công nghiệp hoá :	to industrialize, industrialization
dân chủ :	democracy	dân chủ hoá :	to democratize, democratization
đô thị :	urban center	đô thị hoá :	to urbanize, urbanization
kế hoạch :	plan	kế hoạch hoá :	to make plans, planning
tự do :	liberty, freedom	tự do hoá :	to liberalize

Examples of ADJECTIVES with **hoá** added:

bình thường :	normal	bình thường hoá :	to normalize, normalization
giản dị :	simple	giản dị hoá :	to simplify, simplification
quan trọng :	important	quan trọng hoá :	to exaggerate the importance of something

2. Đoán nghĩa từ mới

2a   Những từ cùng gia đình: nông dân, nông nghiệp, nông sản, nông thôn.

Note: Từ **nông sản** có nghĩa là **sản phẩm nông nghiệp**.

Bạn điền vào khoảng trống với bốn từ trên.

Người _____ ở _____ sống về _____ .

Việt Nam xuất khẩu _____ chẳng hạn như gạo, cà phê, vân vân.

2b.   Đây là từ tiếng Anh. Bạn tìm trong bài từ Việt của nó. Mỗi gạch là một từ.

waste   _____ _____

domestic waste   _____ _____ _____ _____

industrial waste   _____ _____ _____ _____

dumping ground   _____ _____ _____ _____

to be in a serious situation   _____ _____ _____ _____ _____ _____

chemicals   _____ _____ _____

the effect   _____ _____ _____

high concentration of waste   ___ ___ ___ ___ ___ ___ ___

the urbanization process   _____ _____ _____ _____ _____

to provoke, give rise to   _____

to occupy   _____

to transform   _____ _____

total surface area   _____ _____ _____

Chơi trăng từ thuở còn non
Chơi hoa từ thuở hoa còn trên cây

Enjoy the moon while it is still a crescent;
enjoy the blossoms while they are still on the branches.

Người nuôi vật, vật nuôi người

People raise animals; animals nourish people.

3. Bài tập với từ vựng

Với những từ Việt này, bạn điền vào khoảng trống:

chất thải sinh hoạt, gây, hoá chất, mật độ, quá trình, tác động, tình trạng, tổng diện tích, túi đựng chất thải.

1. Sản xuất nông nghiệp và công nghiệp có _____ xấu đối với môi trường.

2. _____ kinh tế các gia đình nông dân sẽ khó khăn nếu vùng nông thôn biến thành _____ .

3. Bình thường hoá quan hệ ngoại giao giữa Việt Nam và Mỹ cho thấy đó là một _____ khá phức tạp và lâu dài.

4. _____ là do việc sinh sống, nấu nướng, ăn uống hằng ngày tạo ra.

5. _____ của Singapo là 633km vuông, số dân là hơn 3 triệu. Như thế thì, _____ dân số từng km² rất cao.

6. Trong việc trồng cây, trồng rau, người ta dùng rất nhiều _____ .

7. Chất thải _____ nhiều thiệt hại đến môi trường.

CÂU HỎI

1. 80% người Việt sống ở đâu?

2. Tai sao vùng nông thôn bị ô nhiễm nặng?

3. Nơi nào tập trung nhiều chất thải nhất?

4. Cho biết ba thứ chất (3 types of substances) gây ô nhiễm môi trường tại Việt Nam?

Nắng tốt dưa, mưa tốt lúa

The sun is good for cucumbers; the rain is good for rice fields.

ĐỀ TÀI NÓI CHUYỆN

Ở nơi bạn sống, ô nhiễm môi trường có nghiêm trọng không?

Có những biện pháp nào để chống ô nhiễm?

Có tổ chức nào lo về vấn đề này không?

Phong trào xanh (Green movement) có hoạt động mạnh không?

RESPOND TO THE CAMPAIGN

CLEAN UP THE WORLD

INITIATED BY AUSTRALIA

BÀI 2

Bạn xem bảng hiệu này: Hình vẽ trong hai lá phổi (the two lungs) có nghĩa gì?

ĐỪNG HỦY HOẠI MÔI TRƯỜNG

DON'T DESTROY THE   ENVIRONMENT

BÀI 3

Bạn đọc những tựa lớn này, xem nói về gì?

Thành phố Hồ Chí Minh

Trung tâm công nghiệp văn hoá – xã hội lớn nhất đất nước

Chương trình Hiện đại hoá xã Linh Trung

Xưởng chế tạo sẽ thay thế rừng cao su

Mời quý khách đến Thủ Đức chơi gôn

Huyện Cần Giờ "Lá phổi của Thành phố"

Mời quý khách đến thưởng thức không khí trong lành nơi đây

Phấn đấu bảo vệ hệ sinh thái

Toàn dân hưởng ứng tuần lễ sạch và xanh

Từ vựng

rừng cao su	rubber plantation	hưởng ứng	to respond
huyện	district	phấn đấu	to strive
thay thế	to replace	hệ sinh thái	ecosystem
hiện đại hoá	modernization	gôn	golf
không khí trong lành	clean air	xưởng chế tạo	manufacturing plant

BÀI 4

MÔI TRƯỜNG THÀNH PHỐ
NHỮNG CHƯƠNG TRÌNH KHÔNG THỂ ĐỢI THỜI GIAN

1   *50 héc ta rừng cao su ở xã Linh Trung, Thủ Đức đang được biến thành một khu chế xuất rộng lớn.*

300 héc ta lâm viên ở Thủ Đức nằm trong dự án xây dựng sân gôn chuyên phục vụ những người có nhiều tiền tiêu khiển.

Vì vậy hiện nay nhân dân thành phố chỉ còn trông nhờ vào hơi thở của khoảng 3, 4 ngàn héc ta rừng non ở huyện Cần Giờ được mệnh danh trên các bảng hiệu ở đây là "lá phổi thành phố ."

2   Thành phố Hồ Chí Minh nằm ở khu vực hạ lưu sông Đồng Nai, sông Sài Gòn và là khu trung tâm công nghiệp lớn nhất nước. Môi trường bị ảnh hưởng từ thượng nguồn chảy xuôi, từ những khu rừng xung quanh bị phá đến sụt lở do mưa lũ, và từ chất thải của các nhà máy bên nhau đến chất thải sinh hoạt của cụm dân cư đông đúc. Cơ sở hạ tầng (đặc biệt là hệ thống thoát nước) ở thành phố Hồ Chí Minh, được xây dựng từ thời kỳ Pháp thuộc, khó hoạt động được nữa.

3   Qua nhiều cuộc hội nghị và hội thảo, Ủy ban Nhân dân (UBND) Thành phố Hồ Chí Minh đã coi công tác bảo vệ môi trường là một trong những chương trình trọng điểm phải thực hiện, bằng cách phát động thường xuyên phong trào tuần lễ sạch và xanh và tổ chức tuyên truyền trên các hệ thống thông tin đại chúng.

4   Vừa qua thành phố cũng đã được Ngân hàng phát triển châu Á cho vay 1,1 triệu USD để tiến hành hai dự án: qui hoạch cải thiện môi trường, qui hoạch tổng thể cấp nước cho thành phố.

5   Trước mắt, thành phố Hồ Chí Minh còn phải đối đầu với hàng loạt vấn đề môi trường. Song dù tốn kém cũng nhất thiết phải tiến hành những dự án lớn nhằm giữ lại hệ sinh thái trong lành cho một trung tâm công nghiệp, văn hoá – xã hội lớn nhất nước ta.

TỪ VỰNG MỚI

Bạn xem từng đoạn. Tìm từ tiếng Việt của mỗi từ tiếng Anh dưới đây. Mỗi gạch là một từ.

Đoạn 1

construction project   _____ _____ _____ _____

forests   _____ _____

new forest   _____ _____

oxygen   _____ _____

sign posts   _____ _____ _____

to be called   _____ _____ _____

to have a relaxing time   _____ _____

to rely on   _____ _____ _____

Đoạn 2

enclave of inhabitants   _____ _____ _____

infrastructure   _____ _____ _____ _____

to flow   _____ _____

heavy rain   _____ _____

landslide   _____ _____

lower river (closer to sea)   _____ _____

upper river   _____ _____

waste   _____ _____

sewerage   _____ _____ _____

Đoạn 3 và 4

main program   _____ _____ _____ _____

overall project   _____ _____ _____ _____

propaganda   _____ _____

the movement   _____ _____

mass information   _____ _____ _____

to promote   _____ _____

to provide water   _____ _____

Đoạn 5

to be absolutely necessary	_____ _____
in the short term	_____ _____
to confront	_____ _____

NGỮ PHÁP

1. Chia câu

Bạn đọc hai câu dưới đây, xem phải chia câu ở đâu:

a.   Vì vậy hiện nay nhân dân thành phố chỉ còn trông nhờ vào hơi thở của khoảng 3, 4 ngàn héc ta rừng non ở huyện Cần Giờ được mệnh danh trên các bảng hiệu ở đây là "lá phổi thành phố."

b.   Thành phố Hồ Chí Minh còn phải đối đầu với hàng loạt vấn đề môi trường. Song dù tốn kém cũng nhất thiết phải tiến hành những dự án lớn nhằm giữ lại hệ sinh thái trong lành cho một trung tâm công nghiệp văn hoá – xã hội lớn nhất nước ta.

2. Kết cấu (Sentence structure)

Môi trường bị ảnh hưởng <u>từ</u> thượng nguồn chảy xuôi, <u>từ</u> những khu rừng xung quanh bị phá <u>đến</u> sụt lở do mưa lũ tràn xuống, và <u>từ</u> chất thải của các nhà máy bên nhau <u>đến</u> (chất thải sinh hoạt của) cụm dân cư đông đúc.

     a.   Từ : expression of origin
     b.   Từ .... đến .... : enumeration

Bạn đọc câu trên rồi trả lời:

     Môi trường bị ảnh hưởng từ đâu?

     Những gì (= _từ_ những gì _đến_ những gì) ảnh hưởng đến môi trường?

SUY LUẬN

Những câu nào hay những đoạn nào trong bài chứng minh những điểm sau đây:

1.   Vì Thành phố nằm trên hai con sông, chất thải công nghiệp Thành phố làm ô nhiễm sông ngòi.

2.   Chương trình công nghiệp hoá và hiện đại hoá tác động xấu đến môi trường.

3.   Cần hiện đại hoá hệ thống cấp nước và thoát nước.

4.   Phải giáo dục dân chúng bảo vệ môi trường qua Tivi, radiô, báo chí, bảng hiệu ngoài đường.

5.   Vì bị ô nhiễm nặng, thành phố phải dựa vào một nơi khác để có được không khí trong lành.

TÓM TẮT

Bạn tìm thông tin trong bài để điền vào ô.

Trong trường hợp vấn đề, nguyên nhân hoặc biện pháp không được nêu lên trong bài, bạn đề không có (KC) hoặc bạn có thể đoán xem là gì.

Vấn đề	Nguyên nhân	Tác động	Biện pháp
Phá rừng ở Thủ Đức	Lập sân gôn	Thành phố thiếu "hơi thở"	Tạo thêm rừng non
Sông bị ô nhiễm			
Chất thải sinh hoạt nơi đông dân cư			
Đất sụt lở	Mưa lũ		
			Quy hoạch cấp nước cho Thành phố
Hệ thống thoát nước không hoạt động		Nước bẩn chảy xuống sông	

BÀI 5

Tìm thông tin – Scanning

Bạn đọc qua những bài báo ở trang 49. Bạn tìm xem báo nào nói lên những điểm dưới đây. Mỗi bài báo được đánh số (Each article is numbered). Bạn đánh dấu vào ô.

Sự việc	1	2	3	4	5
1. Một xưởng bị ngừng hoạt động vì chưa có biện pháp nào quản lý chất thải.					
2. Những tệ nạn xã hội cũng ảnh hưởng đến môi trường trong lành của thành phố.					
3. Các cơ quan bảo vệ môi trường họp mặt tại Hà Nội.					
4. Giới trẻ và phụ nữ hoạt động rất mạnh để bảo vệ môi trường.					
5. Hiện nay tại Việt Nam, người ta rất quan tâm đến vấn đề môi trường.					
6. Có biện pháp để báo cho những người ở những toà nhà cao biết khi nào có xe rác đến.					
7. Rừng bị phá vì nhu cầu xây dựng nhà cửa.					

HƯỞNG ỨNG PHONG TRÀO "VÌ MÔI TRƯỜNG TRONG SẠCH"

TÌNH TRẠNG ĐỔ RÁC RA ĐƯỜNG GIẢM HẲN

QUA 5 tuần thực hiện, phong trào "Vì môi trường trong sạch", phụ nữ và nhân dân thủ đô không đổ rác, phế thải ra đường, đã thu được nhiều kết quả tốt. Sở GTCC đã đặt thêm 250 thùng rác trên các tuyến phố chính và thêm 50 xe gom rác đẩy tay. Chấn chỉnh lại công tác thu gom rác nhà dân theo đúng quy trình công nghệ, gõ kẻng to, xe chở đủ thời gian để dân ở tầng cao và trong ngõ kịp mang rác ra

đổ. Nhờ tăng cường các biện pháp nên khối lượng thu chuyển hàng ngày đã tăng thêm từ 120 đến 150m3 rác, đưa khối lượng thu lên tới 1790 m3 rác và 150 m3 đất thải mỗi ngày. Riêng các đợt tổng vệ sinh đã thu chuyển 720 m3 rác, tưới nước rửa đường 48.750 m3, thu chuyển 2150 tấn phân các loại. Đã tập trung lực lượng, phương tiện thu dọn các trọng điểm tồn đọng phế thải như: đê Trần Khát Chân, đê Yên Phụ,

đê Trần Nhật Duật; đặt 7 nhà vệ sinh lưu động.

Qua 5 tuần thực hiện phong trào "Vì môi trường trong sạch", 100% các cơ sở hội đã tổ chức tuyên truyền cho 50 ngàn hội viên. 5 quận hội đã đăng ký và quản lý 151 đoạn đường. Nhờ phong trào này, tình trạng đổ rác ra đường giảm hẳn. Một số tuyến phố sạch hơn. Đặc biệt đã giải quyết một số chân rác lưu cửu nhiều năm.

P.V

#1

 **TẠI SAO? THẾ NÀO**

HỘI NGHỊ MÔI TRƯỜNG TOÀN QUỐC 1998

MÔI TRƯỜNG SẠCH, CÔNG NGHIỆP SẠCH, NƯỚC SẠCH

Hội nghị môi trường toàn quốc 1998 (Hà Nội, ngày 5 và 6-8-1998) đã xem xét các vấn đề môi trường của đất nước trong một phạm vi bao quát và toàn diện nhất. Chưa bao giờ việc bảo vệ môi trường ở nước ta có một hoạt động qui mô như vậy. Hơn một nghìn người làm công tác môi trường trong cả nước đã thảo luận, xem xét, đánh giá và kiến nghị. Từ cấp lãnh đạo cao nhất của đất nước, vấn đề đã được đặt ra.

#2

○ **ĐÌNH CHỈ SẢN XUẤT MỘT XÍ NGHIỆP VÌ GÂY Ô NHIỄM MÔI TRƯỜNG**

Ngày 31.5, UBND tỉnh Thanh Hoá đã có công văn quyết định tạm đình chỉ sản xuất Xí nghiệp liên doanh Bicomat do chưa thực hiện đầy đủ, triệt để các giải pháp xử lý môi trường nên khí thải và nước thải của Xí nghiệp đã gây ô nhiễm môi trường nghiêm trọng. UBND tỉnh Thanh Hoá đã yêu cầu Xí nghiệp phải thực hiện nghiêm chỉnh các giải pháp xử lý, chôn lấp bã thải, lọc bụi và hấp thụ bụi hơi CrO_3. Các chất thải phải đảm bảo các tiêu chuẩn Việt Nam về môi trường trước khi cho phép hoạt động.

P.B.H

#3

■ **QUẢNG NGÃI: ĐỐT 20.000M³ CỦI /NĂM ĐỂ SẢN XUẤT GẠCH, NGÓI**

Theo thống kê của ngành xây dựng Quảng Ngãi, hiện trong tỉnh có trên 200 lò gạch, ngói. Các lò này mỗi năm sản xuất 45 triệu viên gạch, ngói. Số lò gạch, ngói này đều dùng củi để đốt.

Như vậy để sản xuất được số gạch, ngói trên, các chủ lò phải đốt trên 20.000m³ củi mỗi năm, tương đương với trên 30ha rừng. **TRẦN ĐĂNG**

#4

Hơn 1.000 ĐVTN Hà Nội làm vệ sinh môi trường

(TT-Hà Nội) - Sáng 7-9-1997, Thành đoàn Hà Nội đã tổ chức cho hơn 1.000 ĐVTN ra quân bài trừ tệ nạn xã hội, làm vệ sinh môi trường sạch đẹp, xây dựng thủ đô văn minh - thanh lịch. Dịp này, anh Phạm Xuân Cảnh - bí thư thành đoàn - kêu gọi mỗi cơ sở Đoàn hãy có một việc làm, một công trình TN thiết thực như: làm sạch một đoạn đường, một khu ký túc xá, làm đẹp cảnh quan nơi cơ quan, công sở; tuyên truyền, đấu tranh mạnh bài trừ các tệ nạn xã hội...

Đây là một trong những hoạt động trọng điểm hưởng ứng "Tháng thi đua cao điểm (từ 7-9 đến 15-10-1997) của tuổi trẻ thủ đô chào mừng Đại hội Đoàn TP Hà Nội lần thứ XI và Đại hội Đoàn toàn quốc lần thứ VII".

KIỀU HẢI

#5

TỪ VỰNG CHỦ ĐỀ BA

NOUNS	VERBS	ADJECTIVES	EXPRESSIONS
công nghiệp (hoá)	công nghiệp hoá	nhất thiết	hệ thống thoát nước
đô thị (hoá)	đô thị hoá	trong lành	lá phổi thành phố
tác động	biến thành		phong trào chống ô
cụm dân cư	thực hiện		nhiễm
tình trạng	chế xuất		ô nhiễm môi trường
quá trình	tiến hành		túi đựng chất thải
túi đựng chất thải	thoát		thông tin đại chúng
sinh hoạt	sụt lở		
chất thải sinh hoạt	phấn đấu		
chất thải công nghiệp	hưởng ứng		
tổng diện tích	chảy xuôi		
mật độ	cấp nước		
hoá chất	đối đầu		
hạ lưu			
thượng nguồn			
lâm viên			
thông tin			
hệ sinh thái			
không khí			
hơi thở			
qui hoạch			
trọng điểm			
rừng non			
rừng cao su			
sân gôn			

Người đời hữu tử hữu sanh
Sống lo xứng phận, thác dành tiếng thơm

Since everybody has to die,
One should live a worthy life so as to leave a good name behind.

4
CHỦ ĐỀ BỐN

CHÍNH TRỊ –NGOẠI GIAO – LUẬT PHÁP

BÀI 1

TIN NGOẠI GIAO

Thủ tướng Võ văn Kiệt sẽ đi thăm hữu nghị năm nước Bắc Âu.

Nhận lời mời của chính phủ các nước Thủy Điển, Phần Lan, Đan Mạch, Na Uy, Luxembourg, Thủ tướng Võ văn Kiệt sẽ lên đường đi thăm các nước này vào khoảng thời gian cuối tháng năm, đầu tháng sáu năm 1995. Cùng đi với Thủ tướng có đại diện một số bộ, ngành và trên mười nhà doanh nghiệp.

Chuẩn bị cho Hội nghị Thượng đỉnh ASEAN–EU

Trong hai ngày 3 và 4 tháng năm tại Xingapo đã diễn ra hội nghị các quan chức của ASEAN và Liên minh châu Âu (EU) thảo luận về mở rộng quan hệ chính trị, kinh tế, và chuẩn bị cho Hội nghị Thượng đỉnh của hai tổ chức sẽ diễn ra tại Thái Lan vào tháng 3 hoặc tháng 4 năm 1996, theo sáng kiến của Thủ tướng Xingapo Goh Chok Tong đưa ra năm ngoái. 7 thành viên ASEAN (Việt Nam sẽ được kết nạp vào tháng 7 tới) 15 thành viên của EU cùng với Trung Quốc, Nhật Bản, Hàn Quốc sẽ tham dự Hội nghị Thượng Đỉnh.

Hội nghị 2 ngày tại Phuket (Thái Lan)

Các bộ trưởng kinh tế các nước thành viên ASEAN đã nhất trí về kế hoạch bảo vệ quyền sở hữu trí thức, cắt giảm thuế nông sản và tự do hoá buôn bán dịch vụ trong khu vực. Hội nghị cũng hoan nghênh Việt Nam gia nhập các hiệp định kinh tế của ASEAN trong thời gian tới.

[Báo Lao Động 1995]

TỪ VỰNG

1. Đoán nghĩa từ mới bằng cách nhận biết từ quen thuộc

quan chức	*quan* : quan trọng	*chức* : viên chức
doanh nghiệp	*doanh* : kinh doanh	*nghiệp* : nghề nghiệp
gia nhập	*gia* : tham gia	*nhập* : đi vào

2. nhà + a discipline = a professional

nhà lịch sử, nhà doanh nghiệp, nhà kinh tế, nhà chính trị, ...

Note: For some professions, **discipline + gia** can be used; for others, only **gia** is used.

lịch sử gia, chính trị gia; thương gia (from **thương mại**; only this form is used.)

3. Bạn điền những từ sau đây vào khoảng trống:

hoan nghênh (to welcome), *kết nạp* (to admit), *nhất trí* (to be unanimous), *quyền sở hữu trí thức* (intellectual property rights), *sáng kiến* (initiative), *thành viên* (member), *thuế* (tax)

1. Nhờ có _____ mà các nhà trí thức, các nhà nghiên cứu có thể bảo vệ công việc nghiên cứu của họ.

2. Các nhà chế tạo máy móc luôn luôn phải đưa ra _____ mới lạ để thu hút người tiêu dùng.

3. Thế giới _____ chính sách mở cửa của Việt Nam..

4. Món hàng này đắt là vì hải quan đánh _____ rất cao.

5. ASEAN _____ Việt Nam là _____ mới của tổ chức.

6. Trong buổi họp, tất cả mọi người _____ hoan nghênh sáng kiến đề nghị giảm thuế cho nông dân.

NGỮ PHÁP

Chia câu - Bạn xem khi đọc câu này, bạn phải chia câu ở đâu:

1. Trong hai ngày 3 và 4 tháng năm tại Xingapo đã diễn ra hội nghị các quan chức của ASEAN và Liên minh châu Âu thảo luận về mở rộng quan hệ chính trị kinh tế và chuẩn bị cho Hội nghị Thượng đỉnh của hai tổ chức sẽ diễn ra tại Thái Lan.

2. Các bộ trưởng kinh tế các nước thành viên ASEAN đã nhất trí về kế hoạch bảo vệ quyền sở hữu trí thức, cắt giảm thuế nông sản và tự do hoá buôn bán dịch vụ trong khu vực.

TÌM THÔNG TIN (Scan the text to look for specific information)

Bạn xem câu hỏi rồi tìm thông tin để trả lời:

1. Thủ tướng Việt Nam được những nước nào mời sang thăm. Những ai cùng đi với Thủ tướng?
2. Tổ chức nào tham dự hội nghị tại Xingapo? Với mục đích nào?
3. Hội nghị Thượng đỉnh (Summit talks) do ai đề nghị? Đề nghị hồi nào? Hội nghị sẽ diễn ra tại đâu? Bao giờ? Nước Việt Nam sẽ tham dự hội nghị đó không?
4. Những ai đi họp ở Phuket? Tất cả đều đồng ý về gì?

BÀI TẬP VIẾT

Bạn viết một bản tin ngoại giao ngắn theo mẫu của bản tin đầu của bài đọc: "Nhận lời mời của ..."

ĐỀ TÀI NÓI CHUYỆN

Bạn tìm trong báo chí tiếng Anh, xem có tin tức nào về:

1. Quan chức nước ngoài đến viếng thăm nước của bạn.
2. Một hội nghị đã hoặc đang diễn ra trong nước của bạn hoặc ở một nước nào khác.

Bạn đem thông tin đó vào lớp và trình (brief) cho các sinh viên khác nghe.

BÀI 2

THÀNH TỰU NGOẠI GIAO NỔI BẬT CỦA NĂM 1995

Bình thường hoá quan hệ Mỹ – Việt Nam

0 giờ 30 phút (giờ Việt Nam), ngày 12/7, tại Nhà Trắng ở Washington, Tổng thống Bill Clinton tuyên bố bình thường hoá quan hệ với Việt Nam và thiết lập quan hệ ngoại giao ở cấp đại sứ, bước phát triển tiếp nối sau khi bãi bỏ lệnh cấm vận thương mại chống Việt Nam (3/2/1994).

Đây không chỉ là thắng lợi trong chính sách đối ngoại đúng đắn của Việt Nam, mà còn là thắng lợi của những lực lượng tiến bộ Mỹ mong muốn cùng Việt Nam khép lại quá khứ của cuộc chiến tranh vừa qua để hướng về một tương lai hợp tác và phát triển.

Việt Nam gia nhập ASEAN

Ngày 28/7, tại Brunei, Bộ trưởng Ngoại giao Nguyễn Mạnh Cầm cùng Ngoại Trưởng của sáu nước thành viên đã ký văn kiện Việt Nam gia nhập Hiệp hội các quốc gia Đông Nam Á (ASEAN).

Việt Nam là thành viên theo Chủ nghĩa Xã hội đầu tiên của Hiệp hội, một tổ chức có tiếng nói và có vai trò quan trọng trên trường quốc tế, có tốc độ tăng trưởng nhanh nhất thế giới.

Việc Việt Nam trở thành thành viên chính thức của ASEAN mở đường cho việc phát triển ASEAN thành tổ chức của toàn bộ 10 nước Đông Nam Á. Để ghi nhận sự hoà nhịp nhanh chóng của Việt Nam với ASEAN, các nước ASEAN đã nhất trí chọn Hà Nội làm nơi tổ chức Hội nghị cấp cao ASEAN lần thứ VI.

[Lao Động, báo Xuân 1996)

TỪ VỰNG

1. Tìm hiểu từ ghép mới bằng cách nhận biết từ quen thuộc trong từ ghép

a. *Thành tựu* ngoại giao

Những từ ghép khác có từ *thành* : *thành công, thành hình, thành tích, thành viên, trở thành.*

b. chính sách *đối ngoại - Ngoại* là gì?

Những từ ghép khác có từ *ngoại* : *ngoại giao, ngoại trưởng, ngoại ngữ, ngoại kiều, ngoại quốc, ngoại ô, ngoại thành, ngoại tệ.*

c. Bạn đoán xem những từ này có nghĩa là gì? Bạn đã biết những từ gạch dưới rồi.

<u>cấm</u> vận, <u>đúng</u> đắn, <u>thắng</u> lợi, <u>tăng</u> trưởng, <u>tiếp</u> nối.

2. Bạn tìm hiểu nghĩa những từ khác qua những câu ví dụ sau đây:

a. Vì *tiến bộ* của đất nước, chúng ta phải *hoà nhịp* nhanh chóng với những phát triển của thế giới.

b. Vì Mỹ *bãi bỏ* lệnh *cấm vận* mà Việt Nam có điều kiện phát triển ngoại thương (international trade).

c. Những *lực lượng* quân đội Mỹ được gửi sang Đông Âu.

d. Chiến tranh kết thúc đã *khép* lại một chương (a chapter) của lịch sử Việt Nam.

e. Nền kinh tế Việt Nam phát triển với một *tốc độ* nhanh chóng.

TÓM TẮT

Tìm thông tin để viết vào trong ô.

Tại đâu?	Bao giờ?	Ai?	Làm gì?

LÀM NỐT CÂU

1   Việc bình thường hoá quan hệ Mỹ-Việt Nam không những là _____ ,

mà còn là _____ .

2   ASEAN là một tổ chức _____ .

3. Việt Nam là thành viên theo _____ đầu tiên gia nhập Hiệp hội.

4. Nhất trí, Hà Nội được chọn làm _____ .

BÀI 3

NGOẠI GIAO CHÍNH TRỊ VÀ NGOẠI GIAO KINH TẾ

Nhìn lại những kết quả đã đạt được của năm 1995, Ngoại trưởng Nguyễn Mạnh Cầm, trong cuộc trao đổi này, đã xác định phải gắn chặt ngoại giao chính trị với ngoại giao kinh tế.

Bộ trưởng Ngoại Giao nói:

Nối tiếp những thành tựu đạt được những năm qua, thắng lợi năm 1995 có ý nghĩa rất quan trọng, vì nó đánh dấu sự thất bại hoàn toàn của chính sách bao vây cấm vận cô lập Việt Nam kéo dài suốt mấy thập kỷ qua và hoàn chỉnh nội dung của chính sách đối ngoại rộng mở, đa dạng hoá, đa phương hoá vào thời điểm nước ta chuyển sang một giai đoạn phát triển mới, giai đoạn tiến hành công nghiệp hoá, hiện đại hoá. Nội dung chủ yếu của hoạt động ngoại giao ở thời kỳ mở là sự gắn bó chặt chẽ ngoại giao chính trị với ngoại giao kinh tế.

Hoạt động ngoại giao sôi động với một số sự kiện nổi bật. Các đồng chí lãnh đạo cao nhất của Đảng và Nhà nước đã đi thăm 27 nước từ châu Á – Thái Bình Dương qua Trung Cận Đông, châu Phi, đến Tây Âu sang châu Mỹ. Mỗi cuộc đi thăm nước ngoài đều được ghi nhận bằng những thỏa thuận, những cam kết quan trọng theo hướng tăng cường hợp tác trên nhiều lĩnh vực, trước hết là về kinh tế, khoa học kỹ thuật, thương mại.

Cũng cần nhấn mạnh ba sự kiện gây ấn tượng nhất diễn ra cùng một lúc vào tháng 7 năm 1995 là việc Việt Nam chính thức gia nhập ASEAN, ký Hiệp định hợp tác với Liên minh châu Âu và bình thường hoá quan hệ với Mỹ.

Thời gian tới, chúng ta cần tập trung mọi cố gắng thực hiện các cam kết và thỏa thuận đã đạt được với các nước nhằm phục vụ công cuộc phát triển đất nước, củng cố và phát huy các vị trí đã đạt được trong hội nhập khu vực, hội nhập quốc tế.

Chúng ta cần tích cực tham gia các tổ chức quốc tế và diễn đàn đa phương, nhất là các tổ chức kinh tế, thương mại đa phương, trước hết là tổ chức ASEAN, Tổ chức khu vực Thương mại Tự do của ASEAN (AFTA), và chuẩn bị cho khả năng và triển vọng tham gia Tổ chức Hợp tác Kinh tế châu Á –Thái Bình Dương (APEC) và Tổ chức Thương mại Thế giới (WTO).

[Thời báo Kinh tế Sài Gòn Xuân Bính tý 1996]

TỪ VỰNG

1a. Classifier **cuộc** –

Cuộc is used with nouns that imply interaction.

Cuộc họp (the meeting), cuộc họp báo (the press conference), cuộc trao đổi (the exchange/conversation), cuộc phỏng vấn (the interview), cuộc tranh luận (the debate), ..

1b. Đa + Noun

Từ ghép (prefix) **đa** = nhiều

Thí dụ:

Dạng : shape, form	Đa dạng : many forms	
Phương : direction	Đa phương : multilateral	
Văn hoá : culture	Đa văn hoá : multiculturalism	
Đảng : political party	Đa đảng : many political parties	

Chú ý: Đa dạng + hoá = to diversify

Đa phương + hoá = to make multilateral

2. Điền những từ sau đây vào khoảng trống:

đa dạng, đa dạng hoá, đa đảng, đa phương hoá, đa văn hoá

a. Nước Mỹ và nước Úc chẳng hạn là hai nước _____ . Cả hai nước có một nền văn hoá _____ .

b. Quan hệ ngoại giao của nước ta với các nước trong khu vực rất tốt. Chúng ta cũng cần _____ chính sách đối ngoại để thiết lập quan hệ ngoại giao với các nước khác trên thế giới.

c. Để tăng xuất khẩu, chúng ta nên _____ mặt hàng.

d. Theo chế độ _____ , nhiều đảng có thể tham gia chính quyền và hoạt động chính trị.

3. Đoán nghĩa từ mới

Bạn ghép mỗi từ viết nghiêng trong cột 1 với ý nghĩa của nó trong cột 2.

1 Ngoại trưởng Nguyễn Mạnh Cầm, trong cuộc *trao đổi* này, đã *xác định* phải *gắn chặt* ngoại giao chính trị với ngoại giao kinh tế.	1a cho biết rõ	
	1b buổi nói chuyện để cho biết ý kiến của nhau	
	1c cho đi đôi với nhau	

2. *Thắng lợi* năm 1995 có ý nghĩa rất quan trọng, vì nó *đánh dấu* sự *thất bại* hoàn toàn của chính sách *bao vây cấm vận.*

2a. làm cho một nước không có quan quan hệ ngoại giao, kinh tế với những nước khác

2b. kết quả tốt

2c. làm nổi bật

2d. không thành công

3. Chính sách bao vây cấm vận *cô lập* Việt Nam mấy *thập kỷ* qua và *hoàn chỉnh* nội dung của chính sách đối ngoại rộng mở, vào *thời điểm* nước ta chuyển sang giai đoạn mới.

3a. làm cho đầy đủ

3b. không có quan hệ với ai

3c. từng mười năm

3d. điểm trong thời gian

4. Hoạt động ngoại giao *sôi động* với một số sự kiện nổi bật. Những *thỏa thuận*, những *cam kết* quan trọng theo hướng tăng cường hợp tác trên nhiều *lĩnh vực* được ghi nhận.

4a. sự đồng ý với nhau

4b. mọi mặt (chính trị, ...)

4c. những gì đã hứa phải làm

4d. rất bận rộn

5. Chúng ta cần *củng cố* và *phát huy* các *vị trí* đã đạt được trong *hội nhập* khu vực.

5a. làm cho mạnh lên

5b. chỗ đứng dành riêng cho mình

5c. tham gia

5d. tiếp tục

6. Chúng ta cần tích cực tham gia các *diễn đàn* đa phương, và chuẩn bị cho *triển vọng* tham gia các tổ chức kinh tế thương mại.

6a. khả năng

6b. nơi có nhiều người phát biểu ý kiến

4. Bài tập với từ vựng mới - Điền những từ dưới đây vào khoảng trống:
bao vây, cam kết, cô lập, diễn đàn, gắn chặt, sôi động, thắng lợi, thỏa thuận, trao đổi, triển vọng, xác định

1. Trong buổi họp, chúng tôi _____ ý kiến về việc tăng cường hợp tác khoa học kỹ thuật giữa hai nước.

2. Chúng tôi _____ ngày và giờ của cuộc trao đổi giữa Thủ tướng và Bộ trưởng ngoại giao.

3. Để _____ quan hệ ngoại giao, Thủ tướng nước ta được mời sang thăm nước bạn.

4. Việc Việt Nam gia nhập ASEAN là một _____ trong lịch sử ngoại giao Việt Nam.

5. Sau năm 1975, nước Mỹ đưa ra lệnh _____ đối với Việt nam.

6. Việt Nam, vì bị Mỹ _____ nên không có quan hệ kinh tế với thế giới bên ngoài trong một thời gian khá lâu.

7. Việt Nam có _____ hội nhập nhiều tổ chức quốc tế khác.

8. Năm 1975 là một năm _____ đối với nhiều người Việt.

9. Trước khi _____ về vấn đề này, chúng ta nên thảo luận.

10. Họ _____ sẽ để tôi phát biểu ý kiến tự do khi tôi lên _____ .

SUY LUẬN

Câu nào, hay đoạn nào trong bài chứng minh những điểm này:

1. Năm 1995 là năm nổi bật nhất về ngoại giao.
2. Ngoại giao chính trị phải đi đôi với ngoại giao kinh tế.
3. Nhiều quan chức Việt Nam đi thăm viếng nước ngoài.
4. Trong nhiều năm, Việt Nam gặp khó khăn trong ngoại giao và thương mại với thế giới bên ngoài.
5. Việt Nam phải tham gia mạnh mẽ hơn trong mọi lĩnh vực trên trường quốc tế.

TÓM TẮT

Bạn viết vào trong ô những sự kiện ngoại giao liên quan đến Việt Nam trong quá khứ và những hoạt động ngoại giao trong tương lai.

Sự kiện và hoạt động ngoại giao trong quá khứ của Việt Nam	Hoạt động ngoại giao, kinh tế trong tương lai
1. Mỹ bỏ cấm vận 2.	1. Thực hiện các thỏa thuận và cam kết đã đạt với các nước bạn. 2.

ĐỀ TÀI NÓI CHUYỆN

1. Ở nước bạn, trong quá khứ có sự kiện ngoại giao nào nổi bật?
   Trong tương lai, về ngoại giao, sẽ có những dự định nào?
2. Theo bạn biết, Liên minh Châu Âu gồm những nước nào?
3. Tổ chức AFTA của ASEAN, tổ chức APEC, tổ chức WTO chuyên về vấn đề gì?

BÀI 4

SO SÁNH THÔNG TIN (Information gap)

Hai bài báo dưới đây đều nói về một sự việc: *Hội nghị Quốc tế chống tội phạm của Liên Hiệp Quốc tổ chức tại Cai-rô.*

Từng đôi, sinh viên đọc hai bài báo và so sánh. Thông tin nào giống nhau? Mỗi bài báo cho bạn biết thêm được chi tiết nào?
Vì chủ đề "Luật pháp" còn mới đối với bạn, mời bạn xem danh sách từ vựng mới.

Báo Lao động 7–5–95:

Việt Nam tham dự hội nghị quốc tế về ngăn ngừa tội phạm

Từ 29-4 đến 8-5-95, hơn 1400 đại biểu từ 136 nước cùng 400 chánh án, cảnh sát, luật sư đã tham gia Hội nghị lần thứ 9 của Liên Hiệp Quốc về ngăn ngừa tội ác và đối xử với phạm nhân tổ chức tại Cai-rô Ai Cập. Đại diện của Việt nam, Thứ trưởng Nội vụ Phạm Tâm Long nêu rõ: Tư tưởng chiến lược phòng chống tội phạm ở nước ta là: "Lấy phòng ngừa là chính."

Báo Nhân Dân 8–5–95 :

Hội nghị Liên Hiệp Quốc về chống tội phạm

Ngày 8 tháng năm, hội nghị LHQ bàn biện pháp phòng ngừa tội phạm đã bế mạc tại Cai-rô (thủ đô Ai Cập) sau mười ngày làm việc.

Đại biểu của 141 nước đã tham dự hội nghị. Hội nghị đã thảo luận hàng loạt vấn đề liên quan đến việc phối hợp hành động nhằm ngăn chặn các loại tội phạm cũng như xác định những dạng tội phạm mới ở quy mô quốc gia và quốc tế, hoàn thiện cơ chế xét xử, thông qua một loạt nghị quyết, trong đó có nghị quyết coi khủng bố là một dạng tội phạm có tổ chức.

Những nghị quyết khác được thông qua tại hội nghị đề cập các vấn đề thành lập các thiết chế quốc tế nhằm đấu tranh với tội phạm có tổ chức, với tội phạm kinh tế, vai trò của luật pháp trong việc bảo vệ môi trường và một loạt vấn đề khác.

Từ vựng

ngăn ngừa/phòng ngừa	to prevent
tội phạm	crime, criminal
tội ác	serious offence/crime
chánh án	presiding judge
thứ trưởng	Vice Minister
tư tưởng chiến lược	strategic idea
bế mạc	to close (Of meetings)
hàng loạt vấn đề	a mass of issues
phối hợp	to coordinate, combine
ngăn chặn	to stop
dạng tội phạm mới	new forms of crime
quy mô	scale, dimension
hoàn thiện	to improve
cơ chế xét xử	mechanism for passing on sentences
thông qua một loạt nghị quyết	to pass a series of resolutions
khủng bố, sự (Class) khủng bố	to commit an act of terrorism, terrorism
đề cập	to deal with
thiết chế	institution
đấu tranh	to fight
phạm nhân tổ chức/tội phạm có tổ chức	organized crime

TÓM TẮT

Ai dự hội nghị?	Hội nghị về gì?	Những vấn đề được thảo luận	Những nghị quyết được thông qua

BÀI 5

gài trong ví	planted in a handbag	xử lý	to take measures against
kíp mìn	explosive device	thu phạt tiền ($)	to collect ($) of fines
phát nổ	to explode	vụ vi phạm luật	infraction of the law
nhặt	to pick up	Cty (Công ty) lâm sản	Forest products
thủ đoạn	trick		company
cướp đoạt	to appropriate	ngoài thiết kế	outside the plan
TSCD = tài sản	citizens' property,	vận xuất trái phép	to transport illegally
công dân	belongings	trong lâm phần	inside the forest's
gây thương tích nặng	to cause serious harm		limits
cơ quan chức năng	the authorities	lâm trường Tuy phong	Tuy phong forest

▲ **TIN PHÁP LUẬT**

HẢI PHÒNG: **Gài kíp mìn trong ví**

8 giờ tối ngày 11.4, trên vệ đường xã Đại Bản huyện An Hải, anh Phạm Phú Hùng đang đi xe máy bỗng phát hiện ra 1 chiếc ví mới, màu đen. Anh Hùng nhặt mang về nhà mở xem, thì kíp mìn gắn trong ví phát nổ, gây thương tích nặng cho anh. Đây là một thủ đoạn mới của bọn tội phạm. Chúng đặt ví ở những quãng đường tối, nhưng dễ bị phát hiện dưới ánh đèn xe máy. Nếu người nhặt được mở ví tại chỗ, mìn phát nổ và bọn tội phạm sẽ có điều kiện cướp đoạt TSCD.   H.L.Q

○ **BÌNH THUẬN: CÔNG TY LÂM SẢN CŨNG VI PHẠM LÂM LUẬT**

Trong tháng 5, trên địa bàn tỉnh Bình Thuận đã xảy ra 366 vụ vi phạm Luật bảo vệ rừng. Các cơ quan chức năng của tỉnh đã xử lý 325 vụ, thu phạt tiền 540,2 triệu đồng. Trong các vụ vi phạm kể trên đáng chú ý là có một doanh nghiệp nhà nước là Cty lâm sản tỉnh (đội 2) đã khai thác gỗ ngoài thiết kế và mở đường vận xuất gỗ trái phép trong lâm phần của Lâm trường Tuy Phong. **THẾ HUY**

TÌM THÔNG TIN (Scan the text for specific information)

Tìm thông tin trong hai bài trên rồi điền vào ô trống.

Việc gì xảy ra? Có phải là dạng tội phạm mới không?	Xảy ra tại đâu?	Thiệt hại là gì? (What are the damages?)	Tội phạm có bị phạt không?

ĐỀ TÀI NÓI CHUYỆN

Bạn hãy kể một vụ án nổi bật xảy ra trong nước của bạn: Ai? Đã làm gì? Hồi nào? Tại sao? Hình phạt là gì (What was the sentence)?

TỪ VỰNG CHỦ ĐỀ BỐN

NOUNS
hữu nghị
quan chức
thành viên
quan hệ
sáng kiến
thuế nông sản
hiệp định
thành tựu
thắng lợi
đồng chí lãnh đạo
nội dung
thập kỷ

NOUNS AND VERBS:
công nghiệp hoá
hiện đại hoá
bình thường hoá
đa phương hoá
đa dạng hoá

EXPRESSIONS
công cuộc phát triển
chủ nghĩa xã hội
chính sách bao vây
chính sách đối ngoại
Hiệp hội các quốc gia Đông Nam Á
Liên minh châu Âu
Hiệp định hợp tác
Hội nghị thượng đỉnh
hàng loạt vấn đề
tội phạm có tổ chức
tài sản công dân
cơ quan chức năng

NOUNS
tội phạm
tội ác
chánh án
thứ trưởng
tư tưởng
chiến lược
quy mô
cơ chế
nghị quyết
thiết chế
phạm nhân
thủ đoạn
diễn đàn

VERBS
thăm hữu nghị
hoan nghênh
thảo luận
kết nạp
cắt giảm
tiếp nối
gắn chặt
xác định
kết hợp
nhấn mạnh
cô lập
cấm vận
bao vây
đấu tranh
hoàn chỉnh
gây ấn tượng
kết thúc
đánh dấu
cướp đoạt
xử lý
trao đổi

VERBS
củng cố
phát huy
ngăn ngừa
phòng ngừa
bế mạc
phối hợp
ngăn chặn
hoàn thiện
xét xử
khủng bố
đề cập
vi phạm luật
phát hiện
thất bại
gắn bó chặt chẽ
vận xuất
gây thương tích
thỏa thuận
tăng cường
cam kết

ADJECTIVES
chủ yếu
chặt chẽ
sôi động
đa phương
trái phép
nhất trí

Miếng ngon nhớ lâu, lời đau nhớ đời

Good food will be appreciated for a long time;
an offense will be remembered for life.

5
CHỦ ĐỀ NĂM

KINH TẾ – KINH TẾ XÃ HỘI - TÀI CHÍNH – ĐẦU TƯ

BÀI 1

THÀNH PHỐ HỒ CHÍ MINH

HỘI CHỢ THƯƠNG MẠI QUỐC TẾ THỨ 94

Từ ngày 24 đến 30-11, Công ty Hội chợ TPHCM đã tổ chức "Hội chợ Thương mại Quốc tế thứ 94" tại khu Hội chợ Quang Trung. Tham gia hội chợ có 300 đơn vị kinh tế trong nước, trong đó có hơn 50% là các công ty sản xuất ngoài quốc doanh, trưng bày các sản phẩm công nghiệp, tiểu thủ công nghiệp, các mặt hàng nông, lâm, thủy sản.

Bên cạnh đó có 250 đơn vị, công ty thuộc 13 nước và lãnh thổ trưng bày nhiều máy móc tiên tiến phục vụ công nghiệp, chế biến thực phẩm, nông lâm ngư nghiệp, giao thông vận tải, y tế.

Hội chợ Thương mại Quốc tế thứ 94 đã mở ra nhiều cơ hội để các nhà sản xuất, kinh doanh trong và ngoài nước tìm đối tác, ký kết các hợp đồng thương mại, đầu tư, sản xuất.

TỪ VỰNG

1. Bạn ghép từ mới với ý nghĩa của nó trong cột 2.

1. Có 300 *đơn vị* kinh tế trong nước, trong đó có hơn 50% là các công ty sản xuất *ngoài quốc doanh*, *trưng bày* các sản phẩm công nghiệp, *tiểu thủ công nghiệp*, các mặt hàng nông, lâm, *thủy sản*.	1a không phải của Nhà nước 1b tổ chức 1c những sản phẩm của biển 1d để cho người ta xem 1e hàng làm bằng tay

2. Công ty thuộc 13 nước và *lãnh thổ* trưng bày nhiều máy móc *tiên tiến* phục vụ công nghiệp, *chế biến thực phẩm*. Hội chợ mở cơ hội để các nhà sản xuất kinh doanh trong và ngoài nước tìm *đối tác*.

2a. đất thuộc về một nước

2b. làm cách nào để có thể dùng được

2c. người để hợp tác với mình

2d. hiện đại, có chất lượng cao

2e. thức ăn

2. Đoán những từ mới khác.

Bạn còn nhớ những từ nào cùng gia đình với *nông* ?

Lâm sản, lâm nghiệp, ngư nghiệp là gì?

(Chú ý: *sản* trong *sản phẩm*, *nghiệp* trong *nghề nghiệp*).

TÓM TẮT

Những ai dự hội chợ?	Để làm gì?	Những sản phẩm nào được trưng bày?

BÀI VIẾT

Bạn hãy viết một bài về một cuộc triển lãm thương mại và mục đích của nó.

Có công mài sắc có ngày nên kim

If one spends time, one can fashion a piece of iron into a needle.
With perseverance, one can do anything.

BÀI 2

Tìm thông tin. (Looking for specific information)

Tìm những thông tin trong bài quảng cáo của Ngân hàng Vietcombank để trả lời câu hỏi.

Scan through the advertisement from Vietcombank. Look for specific information needed to answer the questions.

1. Trụ sở chính (Head office) của ngân hàng ở thành phố nào? Ngân hàng hoạt động ở những nơi nào? Chi nhánh (branch) nào hoạt động mạnh mẽ nhất?

2. Vietcombank là thành viên của Hiệp Hội nào? Ngân hàng có uy tín với thương trường (= thị trường thương mại) quốc tế chưa? Ngân hàng có quan hệ với bao nhiêu nước?

3. Vietcombank Thành phố Hồ Chí Minh có vai trò nào?

4. Bạn cho biết vài dịch vụ của Vietcombank TPHCM?

Vietcombank

· **N**gân hàng Ngoại thương Việt Nam (VIETCOMBANK) là Ngân hàng Thương mại hàng đầu ở Việt Nam, cung cấp một hệ thống dịch vụ ngân hàng hoàn hảo thông qua trụ sở chính tại Hà Nội và 16 chi nhánh tại các thành phố lớn và hải cảng quan trọng của Việt Nam.

· **V**IETCOMBANK đã mở rộng quan hệ về ngân hàng và tài chính với trên 700 ngân hàng tại 85 quốc gia trên thế giới, tạo lập được uy tín trên thương trường trong nước và quốc tế.

· **V**IETCOMBANK là thành viên của Hiệp hội Ngân hàng Á châu.

· **T**rong mạng lưới 16 chi nhánh tại Việt Nam của Ngân hàng Ngoại thương Việt Nam, Vietcombank TPHCM là chi nhánh lớn nhất về qui mô hoạt động kinh doanh tiền tệ, tín dụng, dịch vụ ngân hàng phục vụ đắc lực việc phát triển kinh tế đối ngoại của TPHCM và khu vực phía Nam.

VIETCOMBANK TPHCM THỰC HIỆN CÁC NGHIỆP VỤ SAU ĐÂY:

· Huy động vốn bằng đồng Việt Nam và ngoại tệ dưới các hình thức thích hợp.

· Vay vốn của các tổ chức tài chính tín dụng trong và ngoài nước.

· Vay vốn và tái chiết khấu tại Ngân hàng Nhà nước.

· Cho vay ngắn hạn, trung hạn và dài hạn đối với các doanh nghiệp.

· Hùn vốn mua cổ phần với các tổ chức kinh tế, tiền tệ, tín dụng trong và ngoài nước.

· Liên doanh, thực hiện các nghiệp vụ đồng tài trợ, tín dụng thuê mua với các doanh nghiệp trong nước và ngoài nước.

· Thực hiện các nghiệp vụ thanh toán, và ngân hàng đối ngoại, kinh doanh ngoại tệ.

· Thực hiện chiết khấu các thương phiếu, hối phiếu, kỳ phiếu kho bạc, mua bán chứng khoán.

· Bảo lãnh các khoản vay và thanh toán.

· Thanh toán thẻ tín dụng quốc tế Visa, American Express, chi phiếu du lịch.

· Phát hành và thanh toán thẻ thanh toán điện tử VIETCOMBANK CARD bằng đồng Việt Nam.

· Làm dịch vụ tư vấn về tiền tệ, tín dụng, thanh toán và ngân hàng đối ngoại.

VIETCOMBANK TPHCM là thành viên Hiệp hội Xuất nhập khẩu và Đầu tư TPHCM - Investment and Foreign Trade Association (INFOTRA) và là thành viên của Ủy ban Nhà nước về Hợp tác và Giám định Đầu tư của TPHCM.

Với đội ngũ nhân viên giỏi về nghiệp vụ, phong cách phục vụ tận tình, chu đáo và được trang bị hệ thống máy vi tính hiện đại, mạng cục bộ **VIETCOMBANK TPHCM** đảm bảo phục vụ khách hàng nhanh chóng, chính xác và an toàn.

BÀI 3

MẶC ĐẸP — BIỂU THỊ CỦA SỰ PHÁT TRIỂN XÃ HỘI

Với mức thu nhập 810 USD bình quân trên đầu người/năm, thành phố Hồ Chí Minh hiện đang dẫn đầu cả nước về mức sống. Vẫn còn người nghèo, nên phong trào từ thiện xã hội đã và đang tiếp tục được đẩy mạnh, song người Sài Gòn hôm nay thực sự đã không chỉ biết làm cật lực mà còn rất quan tâm tới chuyện ăn, mặc, sắm.

Từ năm 1990 đến nay, trong sự phát triển ngày càng mạnh hơn của nền kinh tế thị trường, một bộ phận đông đảo dân thành phố đã thực sự mong muốn và đã được sống trong cảnh ăn ngon mặc đẹp. Trong dân chúng, cách trang phục đa dạng hơn, phong phú hơn.

Các shop thời trang mở ra như nấm cung cấp cho người tiêu dùng đủ các loại thời trang sản xuất trong nước và ngoài nước. Các nhà tạo mẫu Việt Nam và nghề người mẫu thời trang ở Việt Nam đã có vị trí đặc biệt, với các cuộc biểu diễn thời trang không chỉ ở trong nước mà còn ở vài nước châu Á như Triều Tiên, Trung Quốc, Thái Lan, Campuchia.

Ở một góc độ nào đó, cách trang phục của người dân biểu thị sự phát triển của xã hội và cuộc sống. Có thể nói như thế về mối liên hệ đáng mừng giữa đời sống thời trang và đời sống kinh tế xã hội của thành phố Hồ Chí Minh hôm nay.

[Báo Phụ nữ]

TỪ VỰNG

1. Đoán nghĩa từ mới

Ghép từ mới với từ cùng nghĩa hoặc lời giảng của nó ở cột 2.

1.	biểu thị	a.	người vẽ hay cắt các kiểu áo
2.	từ thiện	b.	một nhóm
3.	cật lực	c.	quần áo mới, hiện đại
4.	bộ phận	d.	ăn mặc
5.	phong phú	e.	chỗ đứng để nhìn và đánh giá
6.	thời trang	f.	làm việc tốt giúp người nghèo
7	nhà tạo mẫu	g.	vất vả, mệt nhọc
8.	góc độ	k.	cho thấy, cho biết
9.	trang phục	l.	nhiều kiểu, nhiều màu

2. Dùng từ mới

Chọn một trong những từ rồi điền vào khoảng trống:

biểu thị, bộ phận, cật lực, góc độ, nhà tạo mẫu, thời trang, trang phục, từ thiện

1. Các tổ chức _____ giúp trẻ em gia đình nghèo đi học.

2. Một _____ dân chúng vẫn phải làm ăn _____ mà vẫn không có đủ ăn, đủ mặc.

3. Bạn đến Thành phố thì sẽ thấy rằng cách _____ của mọi tầng lớp dân chúng _____ sự phát triển của nền kinh tế xã hội.

4. Nhìn từ một _____ , có thể nói đời sống có nhiều chất lượng cao hơn trước.

5. Bạn muốn mua quần áo đẹp, bạn có thể đến hiệu _____ mua hoặc nhờ một _____ vẽ một kiểu áo đặc biệt riêng cho bạn.

HIỂU BÀI - Xem câu nào đúng (Đ) hay sai (S)

1. Người Sàigòn có mức sống cao nhất Việt Nam.
2. Dân Sàigòn không những làm việc cật lực mà họ còn để ý nhiều đến chuyện ăn mặc mua sắm.
3. Chỉ có một số ít dân thành phố có đủ điều kiện ăn ngon mặc đẹp.
4. Cách trang phục của người Việt vẫn theo truyền thống.
5. Thời trang Việt Nam được biểu diễn tại vài nước châu Á.
6. Nhìn vào cách trang phục của người dân, người ta biết được tình hình kinh tế.
7. Phong trào từ thiện bây giờ không phải hoạt động nhiều vì kinh tế phát triển.

Đàn bà như hạt mưa sa
Hạt rơi gác tía, hạt ra ngoài đồng

Women are like raindrops: some fall on palaces, some on the rice fields.
(When a woman marries, she may have a life of leisure or one of labor.)

Thay quần, thay áo, thay hơi
Thay dáng, thay dấp, nhưng người không thay

One can change one's clothes, one's appearance and one's fragrance,
but one should not change one's heart.

BÀI 4

LẬP TRẬT TỰ TRONG HOẠT ĐỘNG XUẤT NHẬP KHẨU

1   Bộ Thương mại cho biết, hiện nay trong cả nước có tới 1.242 đơn vị làm xuất nhập khẩu, nhưng kim ngạch chưa vượt được bốn tỉ USD.

2   Việc quá nhiều đơn vị làm xuất nhập khẩu đưa đến hiện tượng tranh mua, tranh bán các mặt hàng : gạo, hạt điều, cà phê. Đồng thời, các mặt hàng có sự mất cân đối giữa cung và cầu, tạo những cơn sốt không cần thiết (như "sốt" xi-măng, "sốt" giấy), hoặc ứ động, không tiêu thụ được hàng, bán phá giá gây thua lỗ cho các doanh nghiệp và làm rối loạn thị trường.

3   Hiện trong số 1242 doanh nghiệp làm xuất nhập khẩu, thì chỉ có 608 đơn vị vừa sản xuất hàng vừa xuất nhập khẩu, còn 634 đơn vị kinh doanh xuất nhập khẩu nhưng không sản xuất.

4   Chính phủ đang có chủ trương phải sắp xếp lại hoạt động xuất nhập khẩu theo hướng tập trung. Theo hướng này, chính phủ khuyến khích các đơn vị làm sản xuất để xuất khẩu.

5   Chính phủ nhất trí từ nay về sau sẽ không xoá thuế, không bù lỗ cho bất cứ một đơn vị nào, mà sẽ khuyến khích các đơn vị sản xuất để xuất khẩu theo hướng cạnh tranh lành mạnh.

[Báo Lao động]

TỪ VỰNG

1. Ghép từ mới với lời giảng ở cột 2.

Đoạn 1 và đoạn 2

1. *Kim ngạch* chưa vượt 4 tỷ USD	a. bán với giá thật thấp
2. Hiện tượng *tranh* mua bán	b. làm mất trật tự
3. Sự *cân đối* giữa cung (ứng) và (nhu) cầu bị mất	c. số tiền cho việc xuất nhập khẩu trong một kỳ nhất định
4. Mặt hàng bị *ứ động*	d. quá nhiều, không bán được
5. Bán *phá giá*	e. hai thứ bằng nhau
6. Làm *rối loạn* thị trường	f. cố gắng lấy cái tốt cho mình

Đoạn 3 đến đoạn 5

7. Chính phủ *chủ trương*   g. đua với nhau.

8. Chính phủ không *xóa thuế*   h. quyết định về lối hành động.

9. Chính phủ không *bù lỗ*   i. vẫn phải trả tiền hằng năm cho nhà

10. Sẽ *khuyến khích* các đơn vị   j. nhà nước sẽ không cho tiền nếu bị phá sản.

11. *Cạnh tranh*   k. bảo cố gắng làm một việc gì

2. Bạn điền khoảng trống với những từ sau đây:

cạnh tranh, cân đối, chủ trương, cơn sốt, cung và cầu, kim ngạch, phá giá, rối loạn, ứ động

1. _____ của một mặt hàng sẽ xảy ra nếu _____

   của mặt hàng bị mất _____ .

2. Hàng này không có nhiều người tiêu thụ nên bị _____ .

   Công ty chúng tôi phải bán _____ .

3. Tình hình kinh tế bị _____ vì công nhân luôn luôn đình công.

4. Chúng tôi _____ luôn luôn tăng chất lượng mặt hàng để

   tránh _____ với các công ty khác.

5. Mỗi năm _____ công ty chúng tôi hơn 1 triệu USD.

TÓM TẮT

Đọc lại bài một lần nữa. Xong, bạn làm nốt những câu dưới đây:

1. Hiện tượng tranh mua, tranh bán các mặt hàng xảy ra là vì _____ .

2. Có những cơn sốt, ứ động mặt hàng là vì _____ .

3. Các doanh nghiệp phải bán phá giá, vì thế bị _____ .

4. Trong số 1242 doanh nghiệp, có 608 đơn vị _____ .

5. Chính phủ chủ trương _____ .

6. Chính phủ nhất trí từ nay về sau sẽ _____ .

BÀI 5

Thư Xingapo

GIẤC MƠ XINGAPO

Xingapo đã được xếp thành nước phát triển. Thu nhập bình quân theo đầu người năm 1995 là 34.788 đôla Xingapo (tương đương khoảng 24.670 USD). Nếu như theo tiêu chuẩn cứ có xe hơi riêng là được xếp vào tầng lớp trung lưu thì hiện 30% số dân Xingapo thuộc vào tầng lớp này. Ở một nước giàu như vậy, điều gì giới trẻ đang quan tâm nhất?

David K. là một thanh niên Xingapo điển hình. Năm nay 32 tuổi, anh đang chuẩn bị bảo vệ luận án tiến sĩ khoa chính trị xã hội của Trường Đại học Tổng hợp Quốc gia Úc ở Canberra. David có thể nói tiếng Việt sõi, đã từng sang Hà Nội năm tháng, biết Cà-phê Quỳnh và thịt chó Nhật Tân. Theo David, hiện nay giới trẻ Xingapo đa số trở nên thực dụng hơn. Nếu như vài năm trước đây, tiêu chuẩn của giới trẻ Xingapo là 5C gồm Career, Car, Credit car, Cash, và Condominium thì hiện nay, những tiêu chuẩn đó có thay đổi chút ít, xếp theo thứ tự: 1 wife, 2 children, 3 rooms, 4 wheels, và 5 figure salary (lương có 5 chữ số, từ trăm ngàn đôla Xingapo trở lên). Những cái đó, theo David, được gộp chung lại thành "Singaporean dream".

Mặc dù có mức sống trung bình tương đối cao nhưng với giá cả đắt đỏ gần như vào bậc nhất trên thế giới hiện nay, nhiều người trong giới trẻ Xingapo đã tỏ ra thất vọng trước việc giấc mơ của họ về một cuộc sống sung túc khó có thể trở thành hiện thực.

[Bài của Yên Ba trong Tuổi trẻ Chủ Nhật 1996]

CHÚ THÍCH NGỮ PHÁP

1. **Cứ** ..... **là** .... : One only has to do/have something in order to have/be ...
   Not to have something is enough to be ....

Cứ có xe hơi riêng **là** được xếp vào tầng lớp trung lưu. Đó là một trong những tiêu chuẩn.

One has only to own a car to be considered a member of the middle class. That's one of the criteria.

Cứ không có nhà cửa, xe hơi riêng **là** bị xếp vào tầng lớp hạ lưu.

Not to have a house or a car is enough to be considered a member of the lower class.

Lương tháng **cứ** có năm chữ số **là** có một lối sống của người thượng lưu.

One's monthly salary must have five digits if one is to have an upper class life style.

2. Tập làm câu

Bạn làm 5 câu với **cứ .... là**

CHIA CÂU (Dividing sentences)

Bạn đọc ba câu này xem phải ngừng ở đâu.

1. Nếu như theo tiêu chuẩn cứ có xe hơi riêng là được xếp vào tầng lớp trung lưu thì hiện 30% số dân Xingapo thuộc vào tầng lớp này.

2. Mặc dù có mức sống trung bình tương đối cao nhưng với giá cả đắt đỏ gần như vào bậc nhất trên thế giới hiện nay, nhiều người trong giới trẻ Xingapo đã tỏ ra thất vọng trước việc giấc mơ của họ về một cuộc sống sung túc khó có thể trở thành hiện thực.

HIỂU BÀI

Những câu dưới đây đúng (**Đ**), hay sai (**S**) hoặc không có trong bài (**KC**).

1. Xingapo được xếp thành nước đang phát triển.
2. Người ta đánh giá xã hội Xingapo theo tiêu chuẩn có xe ô-tô riêng hay không có.
3. 30% dân số Xingapo có một cuộc sống trung lưu.
4. 70% dân số Xingapo không có xe ô-tô vì họ nghèo.
5. Xingapo được xem là một trong những thành phố đắt đỏ nhất hiện nay.
6. Giới trẻ quan tâm đến việc giấc mơ của họ khó thành hiện thực.
7. David đã hoàn thành luận án tiến sĩ.
8. Hà Nội khá quen thuộc đối với David.
9. Muốn có bạn gái, phải có 5C trước đã.
10. Tiêu chuẩn mới của giới trẻ gồm vợ và con, trước kia thì không nói đến.

ĐỀ TÀI NÓI CHUYỆN

1. Giới trẻ xứ bạn hy vọng những gì về tương lai?
2. Tả một gia đình điển hình (a typical family) ở nước của bạn.

BÀI VIẾT

Bạn viết một lá thư cho một người bạn ở Việt Nam nói về lối sống điển hình của giới trẻ trong nước của bạn.

BÀI 6

Mời bạn đọc những bản tin ngắn, tựa lớn và tranh cười dưới đây. Bàn với sinh viên trong lớp xem mỗi bài nói về gì.

67 doanh nghiệp được trao Giải thưởng chất lượng Việt Nam

Ngày 30-12, tại Hà Nội, Hội đồng quốc gia về Giải thưởng chất lượng Việt Nam đã tổ chức trao giải thưởng Chất lượng Việt Nam năm 1998 cho 67 doanh nghiệp. Trong đó mười doanh nghiệp đoạt giải vàng, 43 doanh nghiệp giải bạc và 14 doanh nghiệp giải khuyến khích. Đáng chú ý, các doanh nghiệp đạt giải vàng đều là những doanh nghiệp sản xuất - kinh doanh lớn, vừa và nhỏ.

Các doanh nghiệp được giải vàng năm nay đều có tiến bộ đáng kể về sản xuất - kinh doanh và quản lý chất lượng. Có doanh nghiệp đã được chứng nhận hệ thống quản lý chất lượng phù hợp ISO - 9000, một số doanh nghiệp đang tích cực triển khai các hệ thống quản lý chất lượng mới.

PV

SỐ LIỆU KINH TẾ

Thu nhập bình quân của người lao động trong các doanh nghiệp nhà nước tại TPHCM

(Trong 10 tháng đầu năm 1998)

15 % | 65 % | 20 %

Số doanh nghiệp mà trong đó thu nhập bình quân của người lao động từ 900.000 đến hơn 1 triệu đồng/người/tháng

Số doanh nghiệp mà trong đó thu nhập bình quân của người lao động từ 700.000 đến 800.000 đồng/người/tháng

Số doanh nghiệp còn lại, trong đó có những doanh nghiệp mà mức thu nhập bình quân của người lao động chỉ đạt từ 200.000 đến 300.000 đồng/người/tháng hoặc có những doanh nghiệp không có kinh phí trả lương cho công nhân.

Nguồn : Liên đoàn Lao động TPHCM

SỐ LIỆU KINH TẾ

5 mặt hàng xuất khẩu đạt kim ngạch cao nhất
(11 tháng đầu năm 1998)

Đvt : triệu USD

STT	Tên mặt hàng	Kim ngạch
1.	Hàng dệt may	1.229
2.	Gạo	930,4
3.	Giày dép	869
4.	Hàng hải sản	756
5.	Cà-phê	522

Nguồn : Tổng cục Thống kê và Bộ Thương mại

BÀI 7

THỜI BÁO KINH TẾ SÀI GÒN • 22.1.1998

TẾT QUÊ NHÀ

Về quê nhà ăn Tết, làm ăn

Tết năm nay, ước lượng có khoảng 80.000-100.000 kiều bào về quê ăn Tết, vừa để tìm chút hương vị và hơi ấm quê nhà, vừa tính toán chuyện đầu tư, làm ăn. Chúng tôi đã gặp một ít người trong số hàng trăm ngàn người con tha phương đó để nghe họ tâm tình... Qua đó xin ghi lại đôi điều để tham khảo.

Ông ĐỖ TẤN SĨ (Bỉ)

Quê hương là mái ấm của mỗi Việt kiều

Hiện tại có khoảng 10.000 Việt kiều sống tại Bỉ, do đó nhu cầu văn hóa, sách báo hay những thông tin về đất nước là nhu cầu lớn nhất.

Những năm gần đây, sự đổi mới về chính sách của Chính phủ đặc biệt là việc cải cách thủ tục hành chính làm bà con Việt kiều phấn khởi hẳn lên.

Tuy nhiên, có một điều mà tôi cho là cốt lõi của mọi vấn đề, tạo sự đoàn kết trong khối cộng đồng người Việt ở nước ngoài biến "ngôi nhà" Việt Nam thành : "mái ấm cho mỗi Việt kiều". Việt kiều vẫn còn thắc mắc là tại sao họ không được mua nhà cửa, đất đai ngay ở chính quê hương mình. Chính ngôi nhà ở quê hương là nơi giữ chân họ nhiều nhất, để trong họ có một chút gì đó gọi là gắn bó với mảnh đất này. Tại sao chúng ta không cho Việt kiều đầu tư vào địa ốc, xây dựng một khu phố Việt kiều, để họ có điểm dừng khi về quê nhà. Hàng năm, Việt kiều về quê nhiều thì càng làm lợi cho nhiều ngành nghề trong nước như du lịch, dịch vụ khác...

Ông HOÀNG NGỌC DIỆP (Úc)

Chính sách đã thoáng hơn nên quyết định mở công ty

Tôi về nước làm ăn từ khi Chính phủ có chính sách thu hút kêu gọi đầu tư trong nước cũng như nước ngoài.

Sự thay đổi trong chính sách kinh tế của Chính phủ Việt Nam thực sự đã làm tăng sức hấp dẫn đối với các nhà đầu tư, đặc biệt là Việt kiều. Quy chế đầu tư dành cho Việt kiều thoáng hơn và cởi mở hơn so với những

năm đầu đổi mới. Chính nhờ sự thông thoáng này, tôi quyết định thành lập công ty riêng của mình sau khi chấm dứt công việc trưởng đại diện cho công ty nước ngoài.

Bên cạnh việc phát huy các nguồn nhân lực trong nước, Chính phủ cũng nên chú trọng đến đội ngũ trí thức có tâm huyết ở nước ngoài. Bởi lẽ họ có năng lực và kinh nghiệm làm việc cho các công ty đa quốc gia và chính phủ ở các nước. Nhiều anh em trí thức Việt kiều muốn truyền đạt những kiến thức và kinh nghiệm của mình cho lực lượng trí thức trẻ ở trong nước. Thực tế chúng tôi vẫn chưa thực hiện được nguyện vọng này một cách đúng nghĩa. Có thể là do thiếu thông tin, do chưa có sự thông hiểu và quan hệ gần gũi lẫn nhau giữa các nguồn chất xám trong nước và ở nước ngoài, dẫn đến việc chưa tận dụng hết nguồn chất xám của đất nước.

Ông NGUYỄN CHÍ HÙNG (Đức)

Đừng để "về ta là Tây"

Việt Nam là một nước nông nghiệp, mà các sản phẩm nông nghiệp của Việt Nam chủ yếu là xuất thô nên không đem về nhiều ngoại tệ. Theo tôi, cần xây dựng nền kinh tế hướng đến xuất khẩu nhiều hơn và với đặc thù, điều kiện riêng, Việt Nam cần xây dựng nền kỹ nghệ chuyên chế biến sản phẩm nông nghiệp thành sản phẩm công nghiệp có giá trị và chất lượng cao. Giới Việt kiều có thể đóng góp cho sự phát triển của nền kinh tế đất nước, ít ra ở ba mặt quan trọng : đưa công nghệ mới vào Việt Nam, tìm kiếm thị trường xuất khẩu và nguồn vốn.

Chính phủ nên có danh sách các lĩnh vực ngành nghề được ưu đãi, khuyến khích các thông tin về nguồn cung cấp nguyên vật liệu để từ đó các công ty xác định công cuộc làm ăn của mình.

Việt Nam cũng nên có chính sách ưu đãi cho Việt kiều về nước làm ăn, bình đẳng về các quyền lợi với người trong nước như bình đẳng về thuế doanh thu, mở tài khoản ngân hàng... Hiện nay vẫn còn một tâm trạng ray rứt trong giới Việt kiều "ở Tây là ta, về ta là Tây".

P.V thực hiện

Họp mặt Việt kiều Xuân Mậu Dần tại TPHCM. Ảnh : H.Đ

TỪ VỰNG CHỦ ĐỀ NĂM

NOUNS	NOUNS	VERBS	ADJECTIVES
đơn vị	kim ngạch	trưng bày	(ngoài) quốc doanh
thành phần	góc độ	chế biến	tiên tiến
lãnh thổ	cân đối	cung ứng	từ thiện
đối tác	tiêu chuẩn	lựa chọn	sung túc
cơ hội	hiện thực	khuyến khích	cật lực
nông lâm ngư	nhà tạo mẫu	làm ứ động	điển hình
nghiệp:	phong trào	làm rối loạn	sõi
nông nghiệp	bộ phận	bán phá giá	thực dụng
lâm nghiệp	thời trang	tranh	thất vọng
ngư nghiệp		cạnh tranh	
công nghiệp		trang phục	
tiểu thủ công nghiệp		tạo	
thực phẩm		chủ trương	
sản phẩm		xoá thuế	
lâm sản		bù lỗ	
nông sản		tập trung	
thủy sản		gộp chung lại	
		biểu diễn	
		thu nhập	

EXPRESSIONS   song (however)
thu nhập bình quân theo đầu người
ăn ngon mặc đẹp
người mẫu thời trang
phong trào từ thiện
vào bậc nhất trên thế giới
cứ có xe hơi riêng là được xếp vào tầng lớp trung lưu

Tay mang túi bạc kè kè
Nói quấy nói quá, người nghe rầm rầm

People will always listen to the stupid words of a person
loaded with money.

Có khó mới có miếng ăn
Không dưng ai dễ mang phần đến cho

One has to work hard to have food on the table,
for nobody is provided with a ready meal.

6
CHỦ ĐỀ SÁU

VẤN ĐỀ THỜI SỰ

BÀI 1

CẦN THÀNH LẬP ỦY BAN ĐẶC BIỆT
VỀ CHỐNG THAM NHŨNG

Trong một kỳ họp Quốc hội hồi tháng mười, các đại biểu đã dành nhiều thì giờ phát biểu ý kiến xung quanh vấn đề chống tham nhũng, lãng phí trong các cơ quan nhà nước, một vấn đề đã được đặt ra nhiều năm nay và hiện đang trở thành vấn đề rất bức xúc.

Một đại biểu đưa ra ý kiến cho rằng trong lịch sử chế độ ta từ trước tới nay, chưa bao giờ tệ tham nhũng lại trầm trọng như hiện nay, tài sản của Nhà nước bị thất thoát nghiêm trọng. Mặc dù có rất nhiều văn bản nhằm ngăn chặn tệ nạn này, song dường như mọi việc vẫn giẫm chân tại chỗ. Ông cho rằng một trong những nguyên nhân là do các cơ quan thi hành pháp luật xử lý chưa nghiêm, "xử lý nội bộ" vẫn còn phổ biến.

Các đại biểu khác đề nghị cần phải thành lập một Ủy ban đặc biệt với những quyền hạn đặc biệt để xử lý những vấn đề có liên quan đến tham nhũng.

[Báo Lao Động]

TỪ VỰNG

1. Đoán nghĩa từ mới

Bạn ghép từ Việt với nghĩa của nó:

1.	*vấn đề bức xúc*	a.	được áp dụng thường xuyên
2.	*lãng phí*	b.	đáng lo sợ
3.	*trầm trọng*	c.	không do luật pháp xử, mà xử trong cơ quan
4.	*thất thoát*	d.	dùng tiền trong những việc không cần thiết
5.	*thi hành*	e.	khẩn trương, phải giải quyết ngay
6.	*phổ biến*	f.	bị mất đi
7.	*xử lý nội bộ*	g.	phải làm những gì đã quyết định

Note: *Tệ* or *nạn* are classifiers for any social misconduct. *Tệ nạn* can be also used together.

89

2. Điền khoảng trống với những từ dưới đây:

bức xúc, lãng phí, nguyên nhân, tệ nạn, thi hành, xử lý nội bộ

1. Tham nhũng, _____ là hai _____ đang xảy ra

    trong các cơ quan nhà nước.

2. Khi phát hiện một viên chức tham nhũng, cơ quan không đem người ấy ra

    trước luật pháp xử mà sẽ _____ .

3. _____ của nạn tham nhũng là vì lương viên chức quá thấp.

4. Phải thành lập một ủy ban để _____ nghiêm chỉnh luật phạt

    nạn tham nhũng lãng phí.

CÂU HỎI

1. Vấn đề được bàn nhiều nhất trong kỳ họp Quốc hội là vấn đề nào?
2. Có phải đây là lần thứ nhất vấn đề tham nhũng, lãng phí được đặt ra không?
3. Một đại biểu đưa ra nhận xét nào về tình trạng tham nhũng hiện nay?
4. Theo ông, tại sao nạn tham nhũng vẫn còn tồn tại?
5. Các đại biểu Quốc hội đưa ra đề nghị nào để giải quyết nạn tệ nạn này?

Của vào quan như than đổ lò

Money going into an official's pocket is like coal feeding a fire.

BÀI 2

Pre-reading activity

First read the title. From your knowledge or personal experience of the matter, say what you know about "stress."

Brainstorm:

1. Discuss and list all the possible causes of stress in a) men, b) women, c) children.

2. Which gender or age group is the most affected? How does stress affect one's health and behavior? With the focus on the text, your teacher may guide you throughout the activity. Based on your speculations, he or she will help you to express your thoughts by using the new words from the text.

3. Now read the text. The pre-reading activity should enable you to read the text without difficulty.

⊠ XÃ HỘI

Stress - một căn bệnh của xã hội công nghiệp

⊛ Khi gặp chuyện buồn, bất hạnh không được thông cảm, sẻ chia, con người rất dễ bị trầm cảm, u uất, đôi khi còn nghĩ đến chuyện tự tử...

Có 44% trong 1.255 người sống ở Hà Nội và TPHCM tham gia cuộc nghiên cứu của hãng Roche được kết luận là bị stress. Phần lớn trong số đó là phụ nữ, tuổi từ 45 đến 60, đã lập gia đình và có con. Con số này còn có thể tăng cao trong một vài năm tới.

Thất nghiệp, làm ăn thất bại... để tuyệt vọng

Bác sĩ Vũ Đình Vương - phó khoa A Trung tâm Sức khỏe tâm thần TPHCM - cho biết: Với nam giới, stress cũng xảy ra khá nhiều, nhất là khi đối mặt với nạn thất nghiệp, những mối quan hệ bất ổn trong gia đình, nơi làm việc... Chứng stress kéo dài dễ dẫn đến rối loạn tâm thần phân liệt. Trường hợp anh T.V.D, 35 tuổi, nhà ở đường Phạm Thế Hiển, Q.8 - TPHCM là một điển hình. Là công nhân tại một xí nghiệp liên doanh, chẳng may anh bị mất việc. Từ chỗ lao động chính trong gia đình, anh phải đổi chỗ thành "ông nội trợ" để vợ buôn bán. Túng thiếu, hoang mang... anh bị trầm cảm lúc nào không hay, lại gặp người vợ suốt ngày ca cẩm, cầu nhầu về chuyện chồng thất nghiệp đã khiến anh trở nên lầm lì, hay cáu gắt. Sóng gió gia đình nổi lên. Sau nửa năm quá căng thẳng, anh bị rối loạn tâm thần. Một thí dụ khác, anh N.V.D. ở đường Nguyễn

Trãi, Q.5 - TPHCM, đã mấy lần toan tự vẫn khi toàn bộ số vốn làm ăn hơn 100 lượng vàng bị người bạn lừa gạt lấy sạch. Thêm vào đó là những lời nặng nhẹ, trách móc của gia đình, vợ con.

U uất do học nhiều, sống trong gia đình bất hạnh

Bác sĩ Trần Hữu Nhơn - trưởng khoa cấp cứu Bệnh viện Nhi Đồng 2 - nhận xét: Nhiều gia đình đặt quá nhiều kỳ vọng vào con, áp đặt trẻ học quá nhiều. Ngoài các môn văn hóa, trẻ còn "bị" học thêm âm nhạc, hội họa, vi tính, bơi lội... Trẻ học đến phờ phạc, đờ đẫn, học đến mất thăm quầng, da tái mét... Rất nhiều trẻ không còn về lanh lợi, hoạt bát, lém lĩnh bình thường của lứa tuổi mà trở nên quá nghiêm nghị như "nhà bác học". Có trường hợp trẻ tự tử vì điểm kém bị cha mẹ rầy la. Đây là một hiện tượng không tốt. Trẻ sống trong hoàn cảnh cha mẹ ly dị, gia đình ly tán, cha mẹ bài bạc, rượu chè, nghèo khó không có thời gian chăm sóc đến con... cũng dễ bị stress. Nếu tình trạng đó cứ kéo dài, trẻ khó phát triển bình thường được.

Phụ nữ dễ bị stress nhất

Bác sĩ Đặng Hoàng Hải - trưởng khoa B Trung tâm Sức khỏe tâm thần - phân tích: Sống trong thời buổi công nghiệp,

dường như người phụ nữ VN chưa được trang bị đầy đủ kiến thức nên dễ dẫn đến khủng hoảng hơn. Thạc sĩ tâm lý Phạm Ánh Hòa - Trung tâm Khoa học xã hội và nhân văn TPHCM - liệt kê một số nỗi lo lắng của phụ nữ dễ dẫn đến stress: Sinh con không đúng ý chồng, chồng nhậu nhẹt, có "bồ nhí", con cái hư hỏng, giá cả leo thang, thu nhập bất ổn, công việc ở cơ quan bê trễ... 70% nỗi lo lắng của các bà vợ là chuyện quan hệ không lành mạnh của chồng và sự hư hỏng của con cái. Stress dễ làm người phụ nữ suy sụp nhất và đã dẫn đến nhiều tình trạng không hay: tự tử, lo âu, căng thẳng, mất bình thường.

Stress: Đáng lo khi để kéo dài

Nỗi băn khoăn lớn của bác sĩ Đặng Hoàng Hải là: Một thành phố công nghiệp lớn đầy căng thẳng như TPHCM lại không hề có một trung tâm dữ liệu chuyên nghiên cứu về stress. Bác sĩ cho biết: 90% các rối loạn tâm thần đều do stress gây nên. Stress có thể xảy ra tức thời, nhưng cũng kéo dài âm ỉ gặm nhấm đến kiệt quệ tinh thần. Hiện nay chưa có số liệu so sánh mức gia tăng của stress ở VN, chỉ biết rằng con số 44% là không nhỏ. Hàng ngày số người đến các phòng khám tâm thần tăng lên, số vụ tự tử, đâm chém, ẩu đả, thắt nghiệp... tăng, gián tiếp báo động tình trạng người bị stress gia tăng. Hiện Trung tâm Sức khỏe tâm thần đang tiến hành cuộc nghiên cứu chuyên sâu về stress.

Phó tiến sĩ Nguyễn Minh Hòa cho rằng, con số phần trăm người bị stress thật ra không thể dùng để so sánh sự căng thẳng của cuộc sống hay đáng lo ngại thái quá. Thạc sĩ Phạm Ánh Hòa nói rõ hơn: Stress cũng như một chất xúc tác, đôi khi làm cuộc sống thi vị hơn. Chắc chắn ít nhất trong cuộc đời mỗi người đều có một lần bị stress. Quan trọng là đừng để stress kéo dài, phải tìm cách chế ngự, kìm hãm nó.

XUÂN HÒA -
MINH NHÃ

*Typed version of the article for legibility (A few words from the original text have been
omitted).*

STRESS — MỘT CĂN BỆNH CỦA XÃ HỘI CÔNG NGHIỆP

---

1 **Khi gặp chuyện buồn, bất hạnh không được thông cảm, sẻ
chia, con người rất dễ bị trầm cảm, u uất, đôi khi còn nghĩ
đến chuyện tự tử ...**

Có 44% trong 1.255 người sống ở Hà Nội và TPHCM tham gia cuộc
nghiên cứu của hãng Roche được kết luận là bị stress. Phần lớn
trong số đó là phụ nữ, tuổi từ 45 đến 60, đã lập gia đình và có con.
Con số này có thể tăng cao trong một vài năm tới.

2 *Thất nghiệp, làm ăn thất bại ... dễ tuyệt vọng*

Bác sĩ Vũ Đình Vương của Trung Tâm sức khoẻ tâm thần TPHCM
cho biết: Với nam giới, stress cũng xảy ra khá nhiều, nhất là khi đối
mặt với nạn thất nghiệp, những mối quan hệ bất ổn trong gia đình,
nơi làm việc, ... Chứng stress kéo dài dễ dẫn đến rối loạn tâm thần.

Trường hợp anh T.V.D., 35 tuổi, là công nhân tại một xí nghiệp liên
doanh, chẳng may bị mất việc. Từ chỗ lao động chính trong gia đình,
ông phải đổi chỗ thành "ông nội trợ" để vợ buôn bán. Túng thiếu,
hoang mang, ông bị trầm cảm lúc nào không hay, lại gặp người vợ
càu nhàu về chuyện chồng thất nghiệp. Sóng gió gia đình nổi lên.
Sau nửa năm quá căng thẳng, anh bị rối loạn tâm thần. Một thí dụ
khác, anh N.V.D. đã mấy lần toan tự vận khi toàn bộ số vốn làm ăn
hơn 100 lượng vàng bị người bạn lừa gạt. Thêm vào đó là những lời
nặng nhẹ, trách móc của gia đình, vợ con.

3 *U uất do học nhiều, sống trong gia đình bất hạnh*

Bác sĩ Trần Hữu Nhơn, trưởng Khoa cấp cứu bệnh viện Nhi
Đồng, nhận xét: Nhiều gia đình đặt quá nhiều kỳ vọng vào con, áp đặt
trẻ học quá nhiều. Ngoài các môn văn hoá, trẻ con phải học thêm âm
nhạc, hội họa, vi tính, bơi lội. ... . Trẻ em học đến phờ phạc, đờ đẫn,
học đến mắt thâm quầng, da tái mét. Rất nhiều trẻ không còn vẻ lanh
lợi, hoạt bát, lém lỉnh bình thường của lứa tuổi mà trở nên quá
nghiêm nghị như một "nhà bác học". Có trường hợp trẻ tự tử vì điểm
kém bị cha mẹ rầy la. Đây là một hiện tượng không tốt.

4   Trẻ sống trong hoàn cảnh cha mẹ ly dị, gia đình ly tán, cha mẹ bài
bạc, rượu chè, nghèo khó không có thời gian chăm sóc đến con ...
cũng dễ bị stress. Nếu tình trạng đó cứ kéo dài, trẻ khó phát triển
bình thường được.

5   *Phụ nữ dễ bị stress nhất*

Bác sĩ Đặng Hoàng Hải, trưởng khoa tâm thần, phân tích: Sống
trong thời buổi công nghiệp, dường như người phụ nữ Việt Nam
chưa được trang bị đầy đủ kiến thức nên dễ dẫn đến khủng hoảng
hơn. Thạc sĩ tâm lý Phạm Ánh Hoà của Trung tâm Khoa học xã
hội và nhân văn TPHCM liệt kê một số nỗi lo lắng của phụ nữ dễ
dẫn đến stress: sinh con không đúng ý chồng, chồng nhậu nhẹt, có
"bồ", con cái hư hỏng, giá cả leo thang, thu nhập bất ổn, công việc ở
cơ quan bê trễ ... . 70% nỗi lo lắng của các bà vợ là chuyện quan hệ
không lành mạnh của chồng và sự hư hỏng của con cái. Stress dễ
làm người phụ nữ suy sụp nhất và đã dẫn đến nhiều tình trạng
không hay: tự tử, lo âu, căng thẳng, mất bình thường.

6   *Stress đáng lo khi để kéo dài*

Nỗi băn khoăn lớn của bác sĩ Đặng Hoàng Hải là: Một thành phố
công nghiệp lớn đầy căng thẳng như TPHCM lại không hề có một
trung tâm dữ liệu chuyên nghiên cứu về stress. Bác sĩ cho biết: 90%
các rối loạn tâm thần đều do stress gây nên. Stress có thể xảy ra tức
thời, nhưng cũng kéo dài đến kiệt quệ tinh thần. Hiện nay chưa có
số liệu so sánh mức gia tăng của stress ở Việt Nam, chỉ biết rằng con
số 44% là không nhỏ. Hàng ngày số người đến các phòng khám
tâm thần tăng lên, số vụ tự tử, đâm chém, ẩu đả, thất nghiệp tăng,
gián tiếp báo động tình trạng người bị stress gia tăng. Hiện Trung
tâm Sức khoẻ tâm thần đang tiến hành cuộc nghiên cứu chuyên sâu
về stress.

7   Phó tiến sĩ Nguyễn Minh Hoà cho rằng con số phần trăm người bị
stress thật ra không thể dùng để so sánh sự căng thẳng của cuộc
sống hay đáng lo ngại thái quá. Thạc sĩ Phạm Ánh Hoà nói rõ hơn:
Stress cũng như một chất xúc tác, đôi khi làm cuộc sống thi vị hơn.
Chắc chắn ít nhất trong cuộc đời mỗi người đều có một lần bị stress.
Quan trọng là đừng để stress kéo dài, phải tìm cách chế ngự, kìm
hãm nó.

TỪ VỰNG MỚI

1. Đoán nghĩa từ mới

Những thành ngữ và từ mới được xếp thành nhóm. Bạn đọc lại những câu có thành ngữ hay từ đó trong ngữ cảnh rồi bạn sẽ đoán được ý nghĩa của nó.

The new expressions and words are arranged into groups. By reading the sentences where they appear, you will be able to guess their contextual meanings.

Thành ngữ tả bệnh tâm thần Expressions describing mental illness	Tâm trạng How a person under stress feels	Thái độ How he/she behaves	Vẻ bề ngoài của người bị khủng hoảng tinh thần How he/she looks like
- rối loạn tâm thần - kiệt quệ tinh thần - trầm cảm - khủng hoảng tinh thần	- hoang mang - căng thẳng - u uất - lo âu/ lo lắng - băn khoăn	- lầm lì - cáu gắt - không lanh lợi - không hoạt bát - không lém lỉnh - quá nghiêm nghị - mất bình thường	- phờ phạc - đờ đẫn - mắt thâm quầng - da tái mét

2. Ghép từ mới với ý nghĩa của nó (Optional exercise)

Bạn ghép từ mới với ý nghĩa của nó.

Đoạn 1 và 2

1.	bất hạnh	a.	có người khác giúp đỡ khi bị khó khăn
2.	chia sẻ/sẻ chia	b.	im lặng, không muốn nói chuyện với ai
3.	hoang mang	c.	không còn hy vọng nào nữa
4.	lầm lì	d.	có nhiều nỗi buồn không nói ra
5.	lao động chính	e.	không được may mắn
6.	thông cảm	f.	buồn
7.	toan	g.	bị người khác chỉ trích, phê bình
8.	trách móc	h.	không còn muốn sống, tìm cách chết
9.	trầm cảm	i.	có người khác hiểu biết những khó khăn của mình
10.	tuyệt vọng	j.	không biết làm gì, quyết định làm sao
11.	tự tử/tự vận	k.	có ý định
12.	u uất	l.	người đi làm kiếm tiền nhiều nhất để nuôi gia đình

Đoạn 3 và 4 (xem ở cuối bài tập này)

Đoạn 5

1.	bê trễ	a.	tốt, không xấu
2.	bồ	b.	đưa ra một danh sách
3.	lành mạnh	c.	giải nghĩa
4.	liệt kê	d.	chưa làm xong được
5.	phân tích	e.	được học hỏi về một vấn đề để hiểu biết sâu
6.	trang bị kiến thức	f.	bạn gái, bạn trai

Đoạn 6 và 7

1.	ẩu đả	a.	những con số
2.	băn khoăn	b.	yếu đi
3.	chế ngự	c.	đánh nhau
4.	dữ liệu/số liệu	d.	không hiểu tại sao
5.	đâm chém	e.	quá mức độ
6.	không hề	f.	không cho phát triển
7.	kiệt quệ	g.	giết chết người
8.	kìm hãm	h.	hay, đẹp, thú vị
9.	thái quá	i.	ngay lúc đó
10.	thi vị	j.	phải kiểm soát vấn đề
11.	tức thời	k.	chưa bao giờ

Đoạn 3 và 4

Bạn đọc đoạn 3 và 4 rồi làm nốt câu (mỗi từ là một gạch):

a. Phần lớn trẻ em thường rất _____ _____ , _____ _____ ,
    _____ _____ .

b. Khi học nhiều đến mất ăn mất ngủ thì trẻ em bị _____ _____ _____ ,
    _____ _____ _____ .

c. Khi trẻ em không được khoẻ thì họ _____ _____ , _____ _____ .

d. Gia đình _____ _____ là một gia đình có cha hay mẹ, anh hay chị em
    không sống cùng với nhau.

LOẠI TỪ - CLASSIFIERS

1. Bạn tìm trong bài những danh từ đi với mỗi loại từ dưới đây:

In the text, find nouns that have the following classifiers preceding them:

chứng	cuộc	mối	nỗi	sự

Note: In Vietnamese, each noun has its own classifier to distinguish its category. The use of the above classifiers is explained here:

a. **chứng** is used for words describing an illness, a bad state of health, and also a bad habit,

> e.g. chứng lười biếng, chứng ăn tham (gluttony), ...

b. **cuộc** is used for words implying interaction or involving a lot of people, e.g. cuộc chiến tranh, ...

c. **mối** is used for words describing relationship between people, e.g. mối quan hệ ngoại giao, mối tình đầu (first love), ...

d. **nỗi** is used for words describing negative feelings or states of mind and shared feelings,

> e.g. nỗi thông cảm (sympathy), nỗi tuyệt vọng (despair)

e. **sự** is used for words describing an event, an occurence. Sự is most commonly used in the transformation of verbs and adjectives into nouns.

Note: **nỗi** can be replaced with **sự** which is more neutral, e.g. nỗi thông cảm/sự thông cảm

2. Bài tập làm thêm - Expansion work

a. Mỗi từ dưới đây thuộc loại nào?

Which is the classifier for each word listed below? Use the tables on the next page for this exercise.

(Some words appear in the text without a classifier. Some are adjectives, and some are verbs. To transform a verb or an adjective into a noun, a classifier is added in front.)

bất hạnh, căng thẳng, chia sẻ, hư hỏng, kiệt quệ tinh thần, rối loạn tâm thần, suy sụp, thông cảm, trách móc, trầm cảm, tuyệt vọng, u uất.

b. Bạn còn biết những từ nào khác không?

Do you know any other words pertaining to each classification? List them in the boxes.

chứng	cuộc	mối	nỗi	sự

c. **Tệ** and **vụ**: In which case each of these classifiers is used? (cf: Chủ đề 2, B1 & B5)

What are the nouns in the text that have or can have **tệ** and **vụ** as classifiers.

Tệ : _____

Vụ: _____

TÓM TẮT

Bạn tìm trong bài thông tin để điền vào ô.

	Đàn ông	Phụ nữ	Trẻ em
Nguyên nhân của chứng rối loạn tâm thần.			
Giải pháp nêu ở trong bài. Nếu không có trong bài thì, theo bạn, có những giải pháp nào?			

ĐỀ TÀI NÓI CHUYỆN

Nguyên nhân gây stress trong giới phụ nữ tại Việt Nam có giống ở xứ bạn không?

BÀI 3

Pre reading activity

Look at the title. What are the reasons why people use drugs? Which age group and/or social class is most affected? What are some of the measures taken to prevent drug abuse?

NGĂN CHẶN TỆ NẠN NGHIỆN MA TÚY
TRONG THANH NIÊN VÀ THIẾU NIÊN
(Drug addiction prevention among youth)

1　　Nghiện ma túy không những là vấn đề xã hội mà còn là vấn đề kinh tế của mỗi quốc gia và cả cộng đồng quốc tế. Đối với Việt Nam, việc phòng chống ma túy trong nhân dân nói chung và trong giới thanh thiếu niên nói riêng đang là vấn đề bức xúc.

2　　Hiện nay, ở 9 tỉnh miền núi phía Bắc có hơn 130 nghìn người nghiện hút, trong đó có cả học sinh phổ thông. Ở tỉnh Cao Bằng, có khoảng 15 nghìn người nghiện hút, trong đó thanh thiếu niên chiếm 60%. Tại tỉnh Sơn La, nhiều bản có 100% số dân nghiện hút, khách đến chơi được mời hút thuốc phiện (opium). Ở Hà Nội có 7 nghìn người nghiện hút và tiêm chích, trong đó 80% là thanh thiếu niên, cả nam lẫn nữ.

3　　Tuy chưa có điều kiện nghiên cứu một cách đầy đủ, chúng ta có thể đưa ra bốn nguyên nhân chính cho nạn nghiện ma túy hiện nay.

4　　*1. Nguyên nhân địa lý: miền núi, trung du, đồng bằng, ven biển và đô thị*

　　Đối với nhóm dân cư miền núi, nơi trồng, khai thác và chế biến thuốc phiện, thường thanh thiếu niên nghiện hút là do sự lôi kéo của gia đình và bạn bè, trình độ văn hoá thấp kém, những phong tục tập quán lạc hậu chưa thay đổi.

5　　Nhóm dân cư trung du, đồng bằng, ven biển và nhóm dân cư đô thị, thường thanh thiếu niên nghiện hút và chích ma túy là do sự lôi kéo của bạn bè, kẻ xấu, của văn hoá phẩm đồi trụy, và do thanh niên không có việc làm.

6　　*2. Nguyên nhân từ lứa tuổi*

　　Thanh niên từ 17 đến 30 tuổi, thiếu niên từ 13 đến 16. Hai nhóm này chiếm đông đảo trong xã hội, thường còn đang tuổi đi học hoặc chưa có việc làm, hoặc mới vào nghề. Phần đông thanh thiếu niên chưa có kinh nghiệm sống, dễ bị lôi kéo.

7 | *3. Nguyên nhân từ xã hội*

Nhiều thanh niên ở thành thị chưa có việc làm, ở nông thôn thiếu việc làm. Thanh thiếu niên ở nhiều vùng, nhất là vùng nông thôn, miền núi thất học, bỏ học sớm và mù chữ ngày càng tăng. Hơn nữa, pháp luật chưa đầy đủ dẫn đến việc những người trồng, vận chuyển, mua bán thuốc phiện. Những chủ chứa hút và tiêm chích vẫn tự do hoạt động và tiếp tục xem thường pháp luật.

8 | *4. Nguyên nhân từ bên ngoài*

Kẻ thù của chế độ và xã hội ta luôn tìm cách lôi kéo và đầu độc thanh thiếu niên. Chúng lén lút đưa những văn hoá phẩm đồi truy vào nước ta nhằm kích thích thanh thiếu niên đi theo đời sống hưởng thụ, bất chấp pháp luật.

[Báo Nhân Dân]

TỪ VỰNG
Ghép từ mới với ý nghĩa của nó trong cột 2
Đoạn 1 đến 5

1. *bản* ở tỉnh Sơn La
2. *thanh thiếu niên*
3. học sinh *phổ thông*
4. *nguyên nhân*
5. miền *trung du*
6. *chế biến* thuốc phiện
7. *sự lôi kéo* của bạn bè
8. phong tục *lạc hậu*
9. *văn hoá phẩm đồi truy*

a. nghe theo, làm theo người khác
b. làng
c. sách báo, nhạc, viđêô có ảnh hưởng xấu
d. cũ, xưa, không thích hợp với ngày nay
e. vùng ở giữa, không cao, không thấp
f. làm thành một thứ có thể dùng được
g. trung học
h. lý do tại sao
i. giới trẻ, nam và nữ từ 12 đến 30 tuổi

Đoạn 6 đến 8

10. thanh thiếu niên *thất học*
11. thanh thiếu niên *mù chữ*
12. *chủ chứa hút*
13. *kẻ thù* của chế độ
14. *đầu độc* thanh thiếu niên
15. *lén lút*
16. *kích thích* thanh thiếu niên
17. lối sống *hưởng thụ*
18. *bất chấp* luật pháp

j. người ta đến chỗ đó để hút
k. làm cho người ta thích làm một việc gì
l. người chống lại
m. không biết đọc, biết viết
n. không làm gì cả, chỉ biết ăn, chơi thôi
o. không để ý đến, xem thường
p. không được đi học
q. làm cho người khác làm chuyện không tốt
r. làm mà không cho ai biết

HIỂU BÀI

Người ta nghiên cứu và đưa ra bốn nguyên nhân dẫn đến tệ nạn nghiện ma túy tại miền Bắc.

1. Bạn đọc lại nguyên nhân thứ nhất và cho biết:

    a. Lý do thanh thiếu niên nghiện thuốc ở vùng miền núi.

    b. Những vùng khác có thanh thiếu niên nghiện thuốc và tại sao.

2. Trong nguyên nhân thứ hai, tại sao nạn nghiện ma túy xảy ra trong lứa tuổi từ 13 đến 16 và trong lứa tuổi từ 17 đến 30.

3. Nguyên nhân thứ ba: Xã hội và pháp luật có phần trách nhiệm nào?

4. Nguyên nhân thứ tư: Bạn hiểu như thế nào? "Kẻ thù" có thể là ai?

TÓM TẮT

1. Tìm con số hoặc số tỷ lệ (Find the number or the percentage)

Tổng số người nghiện thuốc ở miền Bắc	Tỉnh Cao Bằng	Tỉnh Sơn La	Hà Nội

2. Những nguyên nhân dẫn đến nạn nghiện ma túy

Tại vùng núi	Trung du, đô thị, đồng bằng, ven biển	Vùng nông thôn

ĐỌC BÁO

Bạn xem bản tin này nói về gì?

THÁNG CAO ĐIỂM TẤN CÔNG TỘI PHẠM MA TÚY

Phát hiện 1.131 vụ tội phạm ma túy

(TT-Hà Nội) - Theo tin từ Tổng cục Cảnh sát nhân dân (Bộ Nội vụ) trong tháng cao điểm tấn công tội phạm ma túy trên phạm vi toàn quốc (từ 1 đến 31-8-1997), lực lượng công an các địa phương đã điều tra, phát hiện 1.131 vụ tội phạm ma túy, bắt 2.578 đối tượng phạm tội về ma túy, thu 186,2 kg thuốc phiện, 1,75kg heroin, 23,5kg cần sa...; so với tháng 7-1997, trước khi mở kế hoạch tấn công, tăng 666 vụ.

Theo nhận định của tổng cục trưởng Tổng cục CSND, tội phạm về ma túy chưa có biểu hiện giảm, vẫn còn những vụ buôn bán lớn.

* Trong khi đó, theo thông báo kết quả tiếp tục thực hiện kế hoạch liên ngành về phòng chống nghiện ma túy trong học sinh, sinh viên và thanh thiếu niên của Bộ Nội vụ, đến nay cả nước đã phát hiện 2.617 HS-SV sử dụng và nghiện ma túy (số liệu chưa đầy đủ).

THANH HUYỀN

BÀI 4

ĐÃ BỚT MÀU XÁM CHO TƯƠNG LAI CHẤT XÁM VIỆT NAM

Con đường làm giàu chất xám của Việt Nam đang được khai thông. Kể từ năm 90 trở lại đây, hàng loạt cán bộ giảng dạy của các trường đại học, cán bộ nghiên cứu ở các viện nghiên cứu và nhiều cán bộ quản lý ở các đơn vị sản xuất đã được đào tạo trong và ngoài nước để có thể thích ứng với cơ chế kinh tế thị trường và nắm bắt được những tiến bộ khoa học của thế giới.

Tại trường Đại học Kinh tế TPHCM, với sự phối hợp và tài trợ của các nước Hà Lan, Úc, Pháp, Canada, Mỹ, Viện Công nghệ châu Á (AIT), đã có 21 cán bộ giảng dạy tham gia các chương trình đào tạo trong và ngoài nước. Nhờ sự mở cửa đào tạo này mà ba phần tư (3/4) chương trình đào tạo của trường đã thay đổi hoàn toàn so với trước đây. Điều này giúp sinh viên năng động hơn khi hòa nhập vào thực tế công việc sau khi ra trường.

Trong những năm gần đây, Bưu điện thành phố là đơn vị có tốc độ hiện đại hoá thiết bị rất cao. Nhờ vào các khóa đào tạo ở nước ngoài và đào tạo tại chỗ (do các chuyên gia nước ngoài giảng dạy) nên đến nay đội ngũ chuyên viên Bưu điện TP đã đủ sức điều khiển các hệ thống kỹ thuật phức tạp như vệ tinh mặt đất, ...

Dù mới thành lập, Viện Tim TP đã tích cực nâng cao tay nghề của đội ngũ y, bác sĩ ở đây bằng các đợt du học ở nước ngoài. Hiện nay Viện có 10 bác sĩ, 16 điều dưỡng viên, 2 kỹ thuật viên được đào tạo nâng cao ở nước ngoài. Con số này chiếm 50% nhân sự của Viện. Nói về vấn đề đào tạo ở nước ngoài, Bác sĩ Viện phó cho biết: "Điều cần đến đầu tiên là năng lực chuyên môn lẫn ngoại ngữ. Viện xét tuyển người vào làm việc rất kỹ nên đội ngũ y, bác sĩ ở đây người nào cũng đủ khả năng dự các khoá học ở nước ngoài. Kế đến là kinh nghiệm thực tế. Các bác sĩ ở đây đều trải qua điều trị thực tế các bệnh về tim nên khi sang Pháp học, họ được đánh giá rất cao. Các chuyên gia đầu đàn Việt Nam không thua kém các đồng nghiệp nước ngoài trong lĩnh vực đào tạo."

Hai mươi năm trôi qua, từ chỗ phải báo động về nạn "chảy máu chất xám", giờ đây dù chưa thật sự tăng tốc mạnh nhưng chất xám Việt Nam đã khai thông được con đường làm giàu cho chính mình để có thể hội nhập được với thế giới.

[Bài Hoàng Vũ - Báo Phụ nữ]

TÌM HIỂU TỰA BÀI

Bạn đọc tựa bài và xem câu nào dưới đây nói lên ý nghĩa của tựa:

1. Chất xám Việt nam trong tương lai sẽ bớt đi

2. Tương lai chất xám Việt Nam trở nên tốt đẹp

3. Tương lai Việt Nam không còn xám vì có đủ chất xám

TỪ VỰNG

1. Hiểu nghĩa từ ghép mới bằng cách nhận biết từ quen thuộc trong từ ghép.

a. *khai thông*   *khai* trong khai thác.
    Thí dụ: Bộ Giao Thông Vận Tải cho *khai thông* đường đi đến sân bay.

b. *thích ứng*   *thích* trong thích hợp, *ứng* trong đáp ứng
    Thí dụ: Thời trang luôn luôn thay đổi để *thích ứng* với người tiêu thụ.

c. *phối hợp*   *hợp* trong hợp tác
    Thí dụ: Hai công ty *phối hợp* để lập liên doanh.

2. Đoán nghĩa những từ khác qua những câu ví dụ

a. *Con đường làm giàu* của một số người trong thành phố đang được mở rộng.

b. Khoa học ngày càng *tiến bộ.*

c   Trường học phải có những chương trình thích ứng với tính *năng động* của học sinh.

d   Đài truyền hình cần nhiều *thiết bị* hiện đại để có thể phát triển thông tin.

e   Cảnh sát phải *điều khiển* giao thông vì đèn xanh đèn đỏ bị hỏng.

f. Tôi vừa tốt nghiệp xong, tôi được học bổng sang Mỹ *du học* để *nâng cao tay nghề.*

g. *Y sĩ* giúp bác sĩ khám và *điều trị* bệnh, giải phẫu, còn các *điều dưỡng viên* chăm sóc bệnh nhân hằng ngày.

h. *Nhân sự* của Viện Tim gồm bác sĩ, kỹ thuật viên, điều dưỡng viên và các nhân viên hành chính.

i. Bác sĩ Barnard là chuyên gia *đầu đàn* về giải phẫu tim.

3. Thành ngữ liên quan đến nghề nghiệp

Bạn ghép mỗi thành ngữ với tiếng Anh của nó.

1.	chảy máu chất xám	a.	to improve professional skills
2.	đào tạo nâng cao/nâng cao tay nghề	b.	practical work experience
3.	kinh nghiệm thực tế	c.	competence
4.	sự mở cửa đào tạo	d.	hands-on experience
5.	năng lực chuyên môn	e.	"brain drain"
6.	thực tế công việc	f.	opened to training

CÂU HỎI

1. Tác giả bài báo nói về ba cơ quan trong thành phố gửi người sang nước ngoài nâng cao tay nghiệp. Đó là những cơ quan nào?

2. Nhân sự của mỗi cơ quan gồm những ai?

3. Bạn đọc câu này rồi cho biết:

   Nói về vấn đề đào tạo ở nước ngoài, Bác sĩ Viện phó cho biết: "Điều cần đến đầu tiên là năng lực chuyên môn lẫn ngoại ngữ. Viện xét tuyển người vào làm việc rất kỹ nên đội ngũ y, bác sĩ ở đây người nào cũng đủ khả năng dự các khoá học ở nước ngoài. Kế đến là kinh nghiệm thực tế. Các bác sĩ ở đây đều trải qua điều trị thực tế các bệnh về tim nên khi sang Pháp học, họ được đánh giá rất cao."

   a. Bác sĩ muốn được đào tạo ở nước ngoài phải có ba điều kiện nào?

   b. Tại sao bác sĩ Viện phó nói rằng nhân sự của Viện, ai cũng có khả năng ra nước ngoài học.

   c. Tại sao bác sĩ Việt Nam khi đi đào tạo ở nước ngoài được nhiều uy tín?

4. Viện Công nghệ châu Á tiếng Anh là gì?

LÀM NỐT CÂU

1. Các chuyên gia được đào tạo trong và ngoài nước để có thể thích ứng với

   _____ .

2. Bưu điện Thành phố là một đơn vị _____ .

3. Các chuyên gia bệnh tim ở Việt Nam không kém _____ .

4. Nhờ có chất xám mà Việt Nam khai thông được _____ .

TÓM TẮT

Bạn tìm trong bài tất cả những thông tin để viết vào ô.

	Bưu điện	Đại học	Viện Tim
Nhân sự gồm	cán bộ quản lý		
Sau khi được đào tạo, có thể	điều khiển các kỹ thuật như Vệ tinh mặt đất, hiện đại hoá thiết bị		

ĐỀ TÀI NÓI CHUYỆN

Câu này, bạn hiểu như thế nào? Thảo luận với sinh viên trong lớp.

Hai mươi năm trôi qua, từ chỗ phải báo động về nạn "chảy máu chất xám", giờ đây dù chưa thật sự tăng tốc mạnh nhưng chất xám Việt Nam đã khai thông được con đường làm giàu cho chính mình để có thể hội nhập được với thế giới.

BÀI 5

1. Bạn đọc đoạn đầu, xem định nghĩa (definition) của "Săn đầu người" là gì ?
2. Qua tựa và đoạn đầu, và qua sự hiểu biết của bạn về vấn đề này,
bạn thử đoán xem bài này nói về gì.

"SĂN ĐẦU NGƯỜI" Ở VIỆT NAM

---

1 *Head-hunter hoặc head-hunting firm là những người, những công ty chuyên săn lùng chất xám, những cái đầu thông minh hay những nhân tài về làm việc cho một doanh nghiệp. Đó là kẻ "săn đầu người." Dịch vụ "săn đầu người" ở Việt Nam hoạt động ra sao?*

Ở bất cứ nơi nào, các doanh nghiệp phương Tây không ngần ngại bỏ ra những món tiền lớn để săn cho bằng được những nhân viên hoặc chuyên viên có năng lực. "Head-hunter" là một nghề mới và là một dịch vụ đang được phát triển mạnh mẽ tại Việt Nam.

Phần lớn dịch vụ ở trong tay các tổ chức và công ty nước ngoài. Lợi nhuận của dịch vụ này vô cùng lớn tuy xác suất thành công chỉ khoảng 10%. Trên mỗi vụ giới thiệu thành công, những nơi này sẽ được hưởng từ 300 đến 5000 USD, tùy theo mức độ tài năng của người được tuyển dụng. Một số công ty Việt nam cũng đã vào cuộc.

Hiện ở Việt Nam, có khoảng 8–10 công ty chuyên săn đầu người. Thường những hãng kiểm toán, luật hay các công ty chuyên về giao tế nhân sự lo luôn dịch vụ head-hunting, dù không ai trong số này nhìn nhận họ là một head-hunting firm. Một nhân viên thuộc hãng kiểm toán Coopers & Lybrand nói: "Chúng tôi chỉ làm công việc tuyển dụng và giới thiệu nhân viên." Trên các quảng cáo tuyển dụng đăng trên Tuổi trẻ hoặc Vietnam News có thể thấy dòng chữ *Executive search services — Tìm kiếm chuyên viên cao cấp.*

2 **Người lao động và công ty tuyển dụng**

Các head-hunter săn theo nhiều cách: Từ các quảng cáo tìm người tìm việc trên báo, từ các công ty Việt Nam, từ thị trường nhân lực ẩn qua bạn bè, người quen hay nhân viên, từ các công ty nước ngoài hay thậm chí từ các công ty đối thủ. Nhưng có lẽ mục tiêu chính của họ là nhân viên các công ty quốc doanh Việt Nam, những người đã qua đào tạo, giàu kinh nghiệm, giỏi ngoại ngữ, nhất là tiếng Anh.

Đối với phần lớn các công ty, giàu kinh nghiệm là yêu cầu chính trong tuyển chọn. Nhờ thế, một nhân viên mới với các mối quan hệ cũ có thể lập được những thành tích mà một sinh viên mới ra trường khó có thể làm được.

3 **Lương bổng**

Những cái "đầu quý giá" được mời chào, lôi kéo ra khỏi các công ty quốc doanh Việt Nam, được trả giá cao so với lương ở Việt Nam. Song họ chẳng bao giờ được trả đúng giá so với những gì mà công ty cũ đã bỏ ra để đào tạo họ. Hai năm trước đây, các ứng viên đủ tiêu chuẩn chỉ dám đề nghị mức lương khởi điểm của họ trong đơn xin việc là 100USD/tháng. Ngày nay, mức lương khởi điểm được đề nghị là từ 200 đến 300 USD/tháng. Sự tự tin của người lao động hoàn toàn có cơ sở vững chắc. Các trưởng đại diện các tập đoàn nước ngoài có chung nhận xét: "Nhân viên Việt Nam thông minh, tài năng, làm việc siêng năng, chịu khó, có ý thức rõ rệt về việc hoàn thiện bản thân. Chỉ có một khuyết điểm là họ chưa quen với hệ thống tiếp thị quốc tế và hệ thống làm việc của chúng tôi."

4 **Và cuối cùng là các công ty bị chảy máu chất xám**

Một nhân viên có năng lực ra đi là một mất mát lớn đối với doanh nghiệp: bí mật cơ quan, các mối quan hệ làm ăn, và có lẽ là cả uy tín của doanh nghiệp đó vì đã không biết giữ người. Cho đến giờ các doanh nghiệp Việt Nam vẫn chưa đánh giá đúng mức người lao động. Đã đến lúc doanh nghiệp Việt Nam phải biết cách giữ lâu dài nhân viên có năng lực với chế độ lương bổng, làm việc ưu đãi, thích hợp vào từng thời điểm và hiểu được những nhu cầu của nhân viên. Điều đó tùy thuộc vào tài năng lãnh đạo của vị giám đốc.

[Dựa theo Báo Tuổi Trẻ 6/1996]

ĐOẠN MỘT VÀ HAI

TỪ VỰNG

1. Dưới đây là danh sách từ tiếng Anh. Bạn tìm từ tiếng Việt của nó trong bài. Mỗi gạch là một từ.

accountancy   _____ _____

by all means; at all costs   _____ _____ _____

hidden labor force	_____ _____		
probability of success	_____ _____ _____ _____		
public relations	_____ _____ _____		
(the) profit	_____ _____		
state-owned company	_____ _____ _____ _____		
the target	_____ _____		
to admit	_____ _____		
to enter the game	_____ _____		
to hesitate	_____ _____		
to select	_____ _____		

2. Bây giờ, bạn tìm lời giảng của mỗi từ dưới đây. (Optional exercise)

1.	*ngần ngại*	a.	tham gia
2.	*cho bằng được*	b.	cách tiếp xúc với người ta
3.	*lợi nhuận*	c.	những người có khả năng làm việc mà không ai biết đến
4.	*xác suất thành công*	d.	dùng đủ mọi cách
5.	*vào cuộc*	e.	điểm muốn đạt tới
6.	*kiểm toán*	f.	do Nhà nước làm chủ
7.	*giao tế nhân sự*	g.	tiền thu vào được
8.	*tuyển dụng*	h.	không làm ngay, cần suy nghĩ trước
9.	*nhìn nhận*	i.	việc có thể làm thành
10.	*nhân lực ẩn*	j.	kiểm tra số tiền, tính tiền
11.	*mục tiêu*	k.	nói thật
12.	*quốc doanh*	l.	chọn lựa

Muốn no thì phải chăm làm
Một hạt thóc vàng, chín giọt mồ hôi

If one wants to eat, one has to work hard
because it takes nine drops of sweat to produce one grain of precious rice.

SUY LUẬN

Bạn xem những câu nào trong đoạn 1 và 2 của bài chứng minh những điểm sau đây:

1. Các công ty sẽ làm đủ mọi cách và sẽ trả bất cứ giá nào để tìm người tài giỏi (nhân tài) về làm việc cho công ty mình.

2. Người ta tìm nhân tài qua mục tìm người trong báo.

3. Ở Việt Nam, dịch vụ "Săn đầu người" do công ty nước ngoài chiếm một phần lớn.

4. Người Việt cũng bắt đầu chiếm thị trường này.

5. Người ta có thể tìm người tài giỏi qua sự quen biết.

6. Công ty săn đầu người sẽ được trả một số tiền lớn hay nhỏ tùy khả năng của người được chọn.

7. Các công ty săn đầu người thường không nhận là họ làm dịch vụ đó.

8. Những người được săn là những người đang làm cho các công ty Nhà nước.

9. Những người làm cho công ty của Nhà nước thường giỏi hơn công ty ngoài quốc doanh.

10. Mặc dù được trả nhiều tiền, tìm được một người giỏi không dễ.

ĐOẠN BA VÀ BỐN

TỪ VỰNG

1. Dưới đây là danh sách từ tiếng Anh. Bạn tìm từ tiếng Việt. Mỗi gạch là một từ.

to be diligent   _____ _____

to be self-confident   _____ _____ _____ _____

head representative   _____ _____ _____

starting salary   _____ _____ _____

prestige   _____ _____

company secrets   _____ _____ _____

to attract   _____ _____

to be conscious of   _____ _____

to favor   _____ _____

to improve one's condition _____ _____ _____

wage system   _____ _____ _____

2. Bây giờ, bạn tìm lời giảng của mỗi từ dưới đây. (Optional exercise)

1.	*lôi kéo*	a.	chăm chỉ
2.	*khởi điểm*	b.	chuyện mà không ai biết
3.	*tự tin*	c.	một nhóm người
4.	*trưởng đại diện*	d.	làm cho người ta đến làm việc cho mình
5.	*tập đoàn*	e.	sự nhận xét và hiểu biết
6.	*siêng năng*	f.	bắt đầu
7.	*ý thức*	g.	dành cho nhiều điều kiện đặc biệt
8.	*hoàn thiện bản thân*	h.	tin vào khả năng của mình
9.	*khuyết điểm*	i.	người đứng đầu
10.	*tiếp thị*	j.	tiếng tốt
11.	*bí mật*	k.	làm cho mình tốt hơn
11.	*uy tín*	l.	điều không tốt
12.	*ưu đãi*	m.	cách quảng cáo hàng hoá

SUY LUẬN

Bạn xem những câu nào trong đoạn 3 và 4 của bài chứng minh những điểm sau đây:

1. Khi một doanh nghiệp mất đi một nhân viên, doanh nghiệp đó bị tiếng xấu.

2. Trước kia, nhân viên không dám đòi hỏi lương cao khi bắt đầu làm việc cho công ty nước ngoài.

3. Mặc dù công ty Việt Nam trả lương thấp, nhưng họ đã mất rất nhiều tiền để đào tạo nhân viên.

4. Công ty nước ngoài công nhận nhân viên Việt Nam làm việc cần cù.

5. Muốn giữ nhân viên ở lại, công ty Việt Nam phải để ý đến nhu cầu của mỗi nhân viên.

6. Nhân viên Việt Nam vẫn còn lạ với cách làm việc của người nước ngoài.

CÂU HỎI

1. Ở Việt Nam, những tổ chức nào lo về việc tìm kiếm nhân tài.

2. Công ty nước ngoài tuyển dụng nhân viên theo tiêu chuẩn nào?

3. Tại sao công ty quốc doanh bị mất nhân viên?

4. Tại sao công ty quốc doanh sợ bị mất nhân viên?

ĐỀ TÀI NÓI CHUYỆN

1. Bạn hiểu như thế nào về câu này?

    "Những cái đầu quý giá được mời chào, lôi kéo ra khỏi các công ty quốc doanh Việt Nam, được trả giá cao so với lương ở Việt Nam. Song họ chẳng bao giờ được trả đúng giá so với những gì mà công ty cũ đã bỏ ra để đào tạo họ".

2. Tựa của đoạn bốn "Và cuối cùng là các công ty bị chảy máu chất xám" cho ta biết một vấn đề đang xảy ra tại Việt Nam. Xin bạn hãy trình vấn đề này cho lớp nghe:

    Nguyên nhân và hiệu quả của "chảy máu chất xám" là gì?

3   Trong câu: "Một nhân viên mới với các mối quan hệ cũ có thể lập được những thành tích mà một sinh viên mới ra trường khó có thể làm được.

    "Mối quan hệ cũ" có nghĩa là gì?

    Khi bạn dọn đi nơi khác học hay làm việc, bạn vẫn giữ những mối quan hệ cũ không, dù tốt hay xấu?

4. Bạn biết gì hiện tượng "Săn đầu người" và "Chảy máu chất xám" tại nước của bạn?

Lúc nghèo thì chẳng ai nhìn
Đến khi đỗ trạng chín nghìn anh em

In poverty, no one cares about us,
but in success, we have a lot of friends.

Hạt tiêu nó bé nó cay
Đồng tiền nó bé nó hay cửa quyền

The pepper grain is small but hot;
a bank note is small but powerful.

Đứng núi này trông núi nọ

Standing on this mountain and looking at another:
The grass is greener on the other side.

Một người làm sang, cả làng được nhờ

The success of only one person will bring fame to the whole village.

BÀI 6

Bạn đọc bài báo này xem tổng quát nói về gì?

Pre-reading activity

1. Skim through the reading to get the main ideas.

2. Next scan it for specific information needed to answer the WH questions (who, what, where, when, why).

VIỆC LÀM MỘT NHU CẦU BỨC BÁCH CỦA PHỤ NỮ NGOẠI THÀNH

LƯU PHƯƠNG THẢO (Trung tâm Xã hội học & Phát triển)

HIỆN TRẠNG LAO ĐỘNG VÀ VIỆC LÀM CỦA PHỤ NỮ NGOẠI THÀNH

54,10% phụ nữ ngoại thành phải thôi học sớm vì nhà quá nghèo. Gia đình phải di chuyển nơi ở cũng là nguyên nhân nghỉ học sớm: 13,04%... Đa số chỉ có trình độ cấp I và không có một nghề chuyên môn nào trong tay, ngoài nghề làm ruộng quen thuộc mà họ không còn "đất để dụng võ", người phụ nữ ngoại thành cũng đã hết sức bươn chải, tìm kiếm một công việc làm tạm bợ. 47,3% những phụ nữ được hỏi đang kiếm một công việc tạm thời, đủ để sống qua ngày. Phần lớn đó chỉ là những công việc lặt vặt, đa số là buôn bán nhỏ:

- 25,6%: buôn bán tạp hóa, giải khát, quà rong...
- 6,76%: chăn nuôi trồng trọt
- 5,80%: thêu, may tại nhà
- 5,31%: là công nhân trong nhà máy xí nghiệp
- 3,31%: làm mướn, phụ hồ...

Điều đáng nói là nhóm phụ nữ này sẵn sàng thích ứng với cơ chế của nền kinh tế thị trường. Họ sẵn sàng làm cả những công việc nặng nhọc, bấp bênh mà thu nhập chẳng là bao như phụ hồ, gánh nước... Chính là người phụ nữ chứ không phải ai khác, đã sớm bước ra khỏi khung cửa của gia đình, ngay khi vừa mới bước chân ra khỏi cuộc sống đồng ruộng. Có phải thoát ra khỏi cuộc sống tay lấm chân bùn một nắng hai sương là cuộc đời của người phụ nữ ngoại thành đã dễ chịu hơn, an nhàn hơn? Có phải rời khỏi ruộng đồng là họ có thể nhanh chóng trở thành một thị dân của kiểu sống đô thị? Trước mắt cũng chỉ là tâm trạng làm thế nào để đủ sống qua ngày!

Có đến 68% phụ nữ được hỏi cho biết sau khi đất đai chuyển đổi, gia đình họ gặp phải rất nhiều khó khăn, mà khó khăn lớn nhất là không tìm được việc làm ổn định. 84,4% số người được hỏi gặp trở ngại về công việc làm, với những nguyên nhân chủ yếu (có khi đều có cả 2,3,4 nguyên nhân):

- không có tay nghề chuyên môn: 45%
- không đủ trình độ học vấn: 38%
- vì lớn tuổi (trên 25 tuổi): 18%
- vì không có vốn để tạo nghề: 16%

Tay nghề, học vấn, tuổi tác, đồng vốn... những khó khăn ấy đều dễ dàng nhận thấy, nhưng không dễ dàng để giải quyết. Mà không chỉ riêng người phụ nữ gặp khó khăn. 63,3% tổng số gia đình được hỏi có từ một đến hai người thất nghiệp. 21,3% các gia đình có từ ba đến bốn người thất nghiệp.

NHỮNG ĐỊNH HƯỚNG NGHỀ NGHIỆP VÀ NGUYỆN VỌNG

Khó khăn bức xúc nhất hiện nay của phụ nữ ngoại thành là tình trạng thất nghiệp, hay thiếu việc làm ổn định (71,7%). Vậy thì người phụ nữ muốn được làm nghề gì?

- 49,8% các phụ nữ được phỏng vấn trả lời muốn trở thành công nhân để có thu nhập ổn định, trong số này 43,7% cho rằng làm công nhân trong bất cứ xí nghiệp nào cũng được. 30,1% xác định rằng mình muốn làm công nhân may. 20,4% cảm thấy không đủ điều kiện để làm công nhân, nên họ muốn làm tạp vụ trong các cơ quan nhà máy. 20% cho rằng mình có thể may gia công tại nhà, nếu có thể lãnh được nguồn hàng liên tục. Có 8,7% muốn làm công nhân trong xí nghiệp chế biến thực phẩm, vì ngành nghề này không đòi hỏi tay nghề.

- 58,5% số phụ nữ được hỏi muốn mở một dịch vụ tại nơi ở để thuận tiện trong việc chăm sóc gia đình. Số người muốn buôn bán nhỏ tại nhà chiếm đa số: 43%. Số người muốn mở tiệm cà phê giải khát là 25,6%. Số phụ nữ muốn mở tiệm may tại nhà là 26,4%. Muốn mở quán cơm bình dân là 18,2%. Mở dịch vụ uốn tóc là 5,8%. Mở dịch vụ giặt ủi là 2,5%.

Buôn bán tạp hóa và nghề may được phụ nữ lựa chọn nhiều nhất và nếu có điều kiện học nghề thì họ cũng chọn nghề may là chủ yếu. Nhưng trong một xóm nhỏ, không phải mọi nhà đều có thể buôn bán được. Nếu quá nhiều người bán thì sẽ có ít người mua. Dịch vụ may mặc cũng thế. Nhu cầu may mặc của cư dân nông thôn chưa nhiều, cũng không cần quá nhiều tiệm may trong một xóm nhỏ, trong khi hàng may sẵn bày ở các chợ vốn đa dạng và rất rẻ.

Đối với người phụ nữ ngoại thành hiện nay, việc hội nhập vào lối sống đô thị chính là khả năng đảm đương được vai trò lao động xã hội của mình, có cơ hội để có thể độc lập về kinh tế, và tự thể hiện được bản lĩnh bình đẳng. 74,4% các phụ nữ được phỏng vấn đã ý thức được rằng: "trong điều kiện kinh tế khó khăn hiện nay, người phụ nữ cần phải có việc làm", chứ không thể chỉ lệ thuộc vào thu nhập của chồng. Số người cho rằng người chồng cần phải nuôi vợ con chỉ còn chiếm 24,6%. ∎

TỪ VỰNG CHỦ ĐỀ SÁU

NOUNS	VERBS	VERBS	ADJECTIVES
ủy ban	thành lập	nâng cao	bức xúc
chế độ	lãng phí	du học	trầm trọng
tệ tham nhũng	thất thoát	xét tuyển	nghiêm trọng
văn bản	ngăn chặn	điều trị	nghiêm nghị
nội bộ	càu nhàu	lừa gạt	phổ biến
quyền hạn	hoà nhập	báo động	phổ thông
kỳ vọng	thi hành	phối hợp	bất hạnh
lao động chính	xử lý	điều khiển	trầm cảm
thuốc phiện	liên quan	vào cuộc	u uất
thanh niên	tự tử/tự vận	kiểm toán	hoạt bát
thiếu niên	đẩy mạnh	tuyển dụng	lém lỉnh
miền trung du	trách móc	rầy la	lanh lợi
văn hoá phẩm	liệt kê	áp đặt	lầm lì
chủ chứa hút	chế ngự	giảng dạy	đờ đẫn
kẻ thù	kìm hãm	quản lý	bê trễ
thực tế	thông cảm	khai thông	bất ổn
lĩnh vực	nắm bắt	thích ứng	phờ phạc
thiết bị	đối mặt	nhìn nhận	năng động
Viện Tim	lôi kéo	sẻ chia	ngần ngại
đợt du học	nghiện	khởi điểm	thấp kém
điều dưỡng viên	chế biến	ưu đãi	lạc hậu
kỹ thuật viên	tăng tốc mạnh	hoàn thiện	đồi truỵ
đồng nghiệp	vận chuyển	kích thích	thất học
tốc độ	đầu độc	hưởng thụ	mù chữ
nhân sự	tiến bộ	ly tán	lén lút
nhân lực (ẩn)	xem thường		siêng năng
mục tiêu			quốc doanh
trưởng đại diện			tự tin
khuyết điểm	**EXPRESSIONS**		
tập đoàn	nói chung, nói riêng		
uy tín	rối loạn tâm thần	dường như	
bí mật	tương lai chất xám	cho bằng được	
bản thân	xử lý nội bộ	bất chấp luật pháp	
nhà bác học	hoàn thiện bản thân	xác suất thành công	
bài bạc, rượu chè	nâng cao tay nghề	giao tế nhân sự	
cán bộ giảng dạy	tiến bộ khoa học	chảy máu chất xám	
	con đường làm giàu	chuyên gia đầu đàn	

7
CHỦ ĐỀ BẢY

VĂN HOÁ - XÃ HỘI VIỆT NAM

BÀI 1

XEM, NGHE GÌ … ?

Mời bạn xem chương trình truyền hình của Hà Nội và của Thành phố. Bạn đọc tên của mỗi chương trình và cho biết chương trình đó là chương trình gì?

a. ca nhạc

b. chương trình nông thôn

c. chương trình trẻ em

d. học ngoại ngữ

e. kịch

f. kinh tế thương mại

g. phim tài liệu

h. phim truyện

i. thể thao

j. tin tức

HÀ NỘI
Buổi 6h00
- Thể dục buổi sáng, Thời sự, Khoa học giáo dục: Nuôi dưỡng bệnh nhân lao, Văn hóa thể thao, Phim truyện: Kế hoạch X (Phim Mỹ)
Buổi 11h30
- Âm nhạc: Ca nhạc quốc tế dành cho tuổi trẻ, Tin diện Hà Nội và thế giới 12 giờ qua, Chuyên mục: Hà Nội ngàn năm văn hiến: Công viên Thống Nhất - công viên Lê-nin, thế giới động vật: Động vật ở những vùng đất xa xôi (Phần cuối)
Buổi 17h00
- Dạo quanh phố phường, dạo qua thị trường, Phim truyện: Khang Hy đại đế (tập 1), Phim hoạt hình, Thời sự, Dân số và phát triển: Công tác bảo hiểm y tế trong đình sản, Văn hóa thể thao, Phim truyện: Vòng đời - Tập 1, 2, (Phim Trung Quốc), Tin cuối ngày

TRUNG ƯƠNG
Buổi 6h00 - VTV2: Phát trên kênh 11 và 2
- 6h00: Thể dục buổi sáng, 6h15: Bản tin, 6h35: Phổ biến kiến thức: Giải quyết tranh chấp trong ngoại thương, 6h55: Tiếng Anh Follow me (Bài 25), 7h40: Vòng quanh thế giới: Đan Mạch - đất nước và con người, 8h10: Dành cho thiếu nhi: Tiểu phẩm: Cô Tấm của mẹ, 8h25: Tiếng Anh thương mại (Bài 3), 9h10: Khuyến nông: Lưu

Sơn trên đường xóa đói, giảm nghèo, 9h25: Từ tác phẩm đến tác phẩm: Giới thiệu phim: Chiến tranh và hòa bình, 9h50: Bản tin tiếng Anh
Buổi 10h00 - VTV3: Phát trên kênh 9
- 10h05: Phim truyện: Ngôi đến chết, 12h00: Bản tin, 12h10: Thế giới ngày nay, 12h20: Bóng đá châu Âu, 13h05: Bản tin tiếng Anh, 13h10: Bản tin tiếng Pháp, 13h20: Phim truyện: Bản nhạc lãng quên, 14h50: Bản tin, 15h05: Ca nhạc quốc tế, 15h35: Văn học nghệ thuật: Trở về cố đô, 16h05: Thể thao: Đua ôtô, môtô quốc tế, 16h35: Chân dung nghệ sĩ: Phỏng vấn Sar on Stone, 16h50: Phim truyện: Sa-bri-na, 18h35: Góc thiếu nhi
Buổi 19h00 - VTV1: Phát trên kênh 9 và 2
- 19h00: Những bông hoa nhỏ: Khoa học vui "Tìm hiểu xe đạp", 19h17: Thời sự, 20h00: Công đoàn: Phong trào lao động, sáng tạo ở Quảng Trị, 20h15: Nhân đạo: Phòng chống sốt rét ở một miền duyên hải, 20h30: Sân khấu: Vở chèo: Duyên nợ ba sinh, 22h25: Bản tin
Buổi 23h00 - VTV3
- 23h00: Thể thao: Giải vô địch bóng đá Anh
Chương trình VTV2: Phát trên kênh 11
- 19h55: Phổ biến kiến thức: Giải quyết tranh chấp trong ngoại thương, 20h15: Học tiếng Trung Quốc (Bài số 2), 20h45: Vòng quanh thế giới: Đan Mạch - đất nước và con người, 21h15: Bản tin

Nhiều mây, không mưa. Gió đông bắc cấp 3. Trời lạnh.
Nhiệt độ cao nhất từ 23 độ đến 25 độ
Nhiệt độ thấp nhất từ 17 độ đến 19 độ

CHƯƠNG TRÌNH GIẢI TRÍ TRÊN MÀN ẢNH NHỎ

Đài Truyền hình TP Hồ Chí Minh : Kênh 7 : Thứ bảy 2.8 - Buổi sáng: CLB Thể thao : Vận động trường - Ca nhạc quốc tế "Đêm thứ sáu" : Phần 1 : Sự trở lại của 6 ngôi sao nam - Sân khấu : Kịch "Những cánh đào màu tím" - Phim truyện Đài Loan : Bao Thanh Thiên: Bàng Phi có mang (phần 1) - **Buổi trưa:** Phim truyện Trung Quốc : Người ASIA (tập 10) - CLB Thể thao : Giải bóng chuyền trên cát toàn quốc 97 - **Buổi chiều :** Thế giới đó đây : Những xác ướp trên vùng đất của vàng - Phim hoạt hình : Pinocchio (phần 2) - Giải trí nước ngoài - CLB Thể thao : Quần vợt Cúp quốc gia 97 - Phim truyện Đài Loan : Bao Thanh Thiên - Bàng Phi có mang (phần 2) - **Buổi tối:** Phim hoạt hình : Cuộc gặp gỡ đầu tiên (phần đầu) - Những điều kỳ thú - Phim truyện Việt Nam : Con sẽ là cô chủ (tập 1). **Chủ nhật 3.8 :** **Buổi sáng:** CLB Thể thao : Quần vợt Cúp quốc gia 97. **Buổi trưa:** Phim truyện Trung Quốc : Người ASIA (tập 11) - Sân khấu : Chuyện trong nhà ngoài phố: Dòng đời xuôi ngược, tập 1 : "Khách không mời". **Buổi chiều:** Phim hoạt hình : Pinocchio (phần 3) - CLB Thể thao : Quần vợt Cúp quốc gia 97 - Phim truyện Đài Loan : Bao Thanh Thiên : Bàng Phi có mang (phần cuối). **Buổi tối:** Phim hoạt hình : Cuộc gặp gỡ đầu tiên (phần cuối) - Thế giới đó đây : Nghề thuộc da ở Maroc - Một góc rừng tre ở Pháp - Tạp chí bóng đá thế giới - Phim truyện VN : Con sẽ là cô chủ (tập 2). **Kênh 9 : Thứ bảy 2.8 : Buổi sáng:** Phim hoạt hình : Những câu chuyện của ông Rái Cá - Văn nghệ : Ca nhạc theo yêu cầu. **Buổi chiều:** Truyền hình trực tiếp trận thi đấu vòng 2 Giải vô địch bóng đá quốc gia : Cảng Sài Gòn - Lâm Đồng (17 giờ). **Buổi tối:** Phim hoạt hình: Truyền thuyết về Ralibor (phần cuối) - Cá sấu đánh răng như thế nào ? - Rối : Giấc mơ của Ti - Tiết mục ASEAN - Kỷ niệm 30 năm thành lập - Sân khấu : Cải lương "Đồng tiền đẫm máu". **Chủ nhật 3.8 - Buổi sáng -** Phim truyện Việt Nam : Hạnh phúc mong manh (tập 1) - Sân khấu: Cải lương "Đồng tiền đẫm máu". **Buổi chiều:** Phim truyện Mỹ : Chuyện cổ tích không bao giờ kết thúc - Truyền hình trực tiếp trận thi đấu vòng 2 Giải VĐBĐQG: Hải Quan - Khánh Hòa. **Buổi tối:** Giải trí nước ngoài - Văn nghệ : Ca nhạc "Long lanh giọt mưa".

TÌM THÔNG TIN
(Scan the survey)

Bạn đọc kết quả cuộc thăm dò. Tìm thông tin để xem:

1. Những lý do tại sao không có nhiều người đi xem phim. Rạp chiếu bóng (rạp xi-nê) như thế nào?

2. Loại nhạc nào được thích nhiều nhất?

3. Người ta thích loại hình sân khấu nào nhất?

4. Người Việt có thích hát Karaokê không?

5. Có những nơi giải trí nào ? "Nơi khác" trong bài có thể là đâu, theo bạn?

For the meanings of the different types of music and stage performances, see the Glossary.

Xem, nghe, đọc... gì ?

Tháng 12-95, Ban Văn hóa Xã hội thuộc Hội đồng Nhân dân TPHCM đã tiến hành thăm dò nhu cầu về văn hóa nghệ thuật qua 1.561 phiếu thăm dò với đối tượng rộng rãi, tuổi từ 14-49, trong đó có 919 nữ, 582 nam ; 212 người đã có gia đình và 1136 người chưa lập gia đình. Sau đây là một vài kết quả :

1, Bạn có thường xem băng video không ?

	Số phiếu	Tỷ lệ %	Xếp hạng
a. 1-2 ngày/lần	277	17,75	2
b. 1 tuần/2-3 lần	238	15,25	3
c. 1 tuần/lần	210	13,45	4
d. 1 tháng/lần	47	3,01	6
e. Thỉnh thoảng mới xem	687	44,01	1
f. Không xem	54	3,46	5

2 Nếu có bạn thường xem ở đâu :

a. Phòng chiếu video	133	8,52	3
b. Quán cà-phê video	310	19,86	2
c. Tại nhà (nhà mình, bạn bè, người quen)	1138	72,90	1

3 Bạn có thường đến rạp xem phim không ?

a. 2 lần/tuần	29	1,86	4
b.1 lần/2 tuần	37	2,37	3
c. 1 lần/tháng	28	1,79	5
d. Thỉnh thoảng xem nhưng không nhớ	86	5,51	2
f.Không xem	805	51,57	1

4 Theo bạn, tại sao các rạp chiếu bóng hiện nay đang giảm dần số lượng khán giả ?

a. Vì không có phim hay	704	45.10	2
b. Cơ sở vật chất của rạp thiếu thốn	231	14,80	5
c. Giá vé cao	533	34,14	3
d. Coi video ở nhà thoải mái hơn	787	50,42	1
e. Thái độ phục vụ của rạp chưa đạt yêu cầu	145	9,29	6
f.Lý do khác	255	16.34	4

5 Bạn có thích hát karaoke không ?

a. Có, đi hát thường xuyên	388	24.86	2
b. Có hát nhưng không thích lắm	822	52.66	1
c. Không	237	15.18	3

6 Bạn thích nghe loại ca nhạc nào ?

a. Nhạc tiền chiến (trước 1945)	445	28.51	5
b. Nhạc tình cảm (trước 1975)	731	46,83	4
c. Nhạc đấu tranh của SV-HS thời chống Mỹ	310	19,86	7
d. Nhạc truyền thống cách mạng	427	27,35	6
e. Nhạc trẻ	1169	74,89	1
f. Nhạc hải ngoại	781	50,03	2
g. Nhạc quốc tế	753	48,24	3

7 Trong các loại hình sân khấu sau đây, bạn thích loại hình nào ?

a. Cải lương	610	39,08	3
b. Tuồng	93	5,96	6
c. Chèo	95	6,09	5
d. Hát bội	58	3,72	7
e. Kịch nói	877	56,18	2
f. Tấu hài	954	61,11	1
g. Sân khấu tạp kỹ	556	35,62	4

8 Địa điểm giải trí thường xuyên của bạn là :

a. Nhà Văn hóa	494	31,65	2
b. Quán cà-phê karaoke	451	28,89	3
c. Tụ điểm ca nhạc	289	18,51	4
d. Phòng chiếu video, rạp chiếu bóng	160	10,25	5
e. Nơi khác	657	42.09	1

BÀI 2

100 NĂM NGƯỜI VIỆT ĐẾN TÂN ĐẢO
CỘNG ĐỒNG NGƯỜI VIỆT Ở NEW CALEDONIA
ONE HUNDRED YEARS OF SETTLEMENT:
THE VIETNAMESE COMMUNITY IN NEW CALEDONIA

1   Theo tài liệu ghi lại, những người đầu tiên đến đảo New Caledonia vào năm 1891 dưới dạng phu mỏ. Họ được các thương gia Pháp, theo chân những nhà truyền giáo và quân nhân, đến Hải Phòng thuê với hợp đồng hẳn hoi. Theo hợp đồng, số giờ làm việc tối đa là chín giờ, tính từ lúc mặt trời lên đến lúc mặt trời lặn, với hai giờ nghỉ vào giữa trưa, chủ nhật và ngày lễ được nghỉ hẳn. Thực phẩm sẽ được phân phát theo khẩu vị và nhu cầu của người phu. Nhưng thực tế thì khác hẳn. Nhiều người phu bị đánh đập, họ thường bị bỏ đói. Công việc rất nặng nề. Khi bệnh không có y tá hay bác sĩ, không được vào bệnh viện. Lúc sinh đẻ phải nằm tại nhà nên con cái sinh ra đời chết ngay trên tay.

2   Năm 1939, tiền công kiếm được ở đảo gấp 30 lần ở Việt Nam. Kết thúc hợp đồng, họ không trở về nước được vì là chiến tranh.

3   Đến năm 1958, trong một cuộc trưng cầu dân ý hỏi người Việt muốn trở về nước hay không, hơn 3.000 đến 4.000 người trả lời muốn. Lúc đó ở đảo có tổng cộng 5.000 người. Chuyến tàu đầu tiên chở 551 người về miền Bắc Việt Nam, sau đó có thêm 9 chuyến tàu khác. Trong số 4.000 người đó, có người sinh ra tại đảo.

4   Cách đây 30 năm, những người Việt ở lại đảo bắt đầu làm ăn khá, tính năng động, sự cần cù đã giúp họ trở nên giàu có. Phục vụ nhanh nhẹn và với giá cả rẻ hơn các đối thủ cạnh tranh, kiếm thêm tiền bằng lao động (may vá) để phụ gia đình, biết tiết kiệm và đầu tư lại số tiền lời,... là những đặc điểm của người Việt. Các cửa hàng lớn, các tiệm tạp hoá, nhà hàng do họ làm chủ chiếm khá nhiều.

xem tiếp trang sau

5   Dù sống trong sung túc, họ vẫn cũng không quên đưa con cháu họ đi thăm những mỏ khai thác cũ mà cha ông đã lao động cực nhọc ngày xưa, như để ôn lại quá khứ và nhắc nhở con cháu hãy nâng niu tôn trọng những thành đạt của ngày nay. Thế hệ thứ ba người Việt sống trên đảo đã hoàn toàn hoà nhập vào cộng đồng người Caledonia. Cũng như ở các nước khác, giới trẻ người Việt ở đảo học tập không thua kém ai, mơ ước được trở về thăm quê hương và nếu điều kiện cho phép, sẽ làm việc luôn ở đất nước.

6   Năm ngoái người Việt ăn mừng 100 năm có mặt tại đảo bằng những sinh hoạt dân tộc như lễ hội, đốt pháo chào mừng, nấu bánh chưng, ca múa những vũ điệu dân gian.

[Thời báo Kinh tế Sàigòn 25–6–92]

TỪ VỰNG

1. Người làm ở mỏ được gọi là *phu mỏ* . Người đi giảng đạo gọi là *nhà truyền giáo* . Người làm trong quân đội gọi là _____ .

2. Tìm những nghề nghiệp khác trong bài : _____

3. Tìm trong bài thành ngữ tiếng Việt (Vietnamese expressions) có nghĩa là:

Đoạn 1

to follow in the footsteps of   _____

from sunrise to sunset   _____

to be beaten   _____

Đoạn 2 và 3

At the end of the contract   _____

referendum   _____

Đoạn 4

dynamic character   _____

industriousness   _____

to be fast, efficient   _____

competitors   _____

to save money, economize   _____

characteristics   _____

Đoạn 5 và 6

to live in comfort   _____

to work in hardship   _____

to relive/revisit the past   _____

to remind   _____

to nurture and to respect   _____

achievements   _____

generation   _____

Đoạn 6

national cultural activities   _____

folk dances   _____

4. Đoán nghĩa từ mới (Optional)

Ghép từ với ý nghĩa của nó trong cột 2.

Đoạn 1 và 3

1. hợp đồng   a. nhiều nhất

2. hẳn hoi   b. tờ giấy nói những điều kiện làm việc

3. tối đa   c. làm việc xong

4. bị bỏ đói   d. giúp

5. (được nghỉ) hẳn   e. thức ăn

6. thực phẩm   f. không cho ăn uống

7. tiền công   g. cả ngày

8. kết thúc (hợp đồng)   h. lương tháng

9. trưng cầu dân ý   i. có viết tất cả điều kiện làm việc

10. tính năng động   j. yêu quý

11. phụ gia đình   k. hỏi ý kiến của người dân

12. nâng niu   l. tự làm lấy và hoạt động nhiều và nhanh

NGỮ PHÁP

1.   Bạn đọc câu dưới đây:

Những người đầu tiên đến đảo New Caledonia vào năm 1891 dưới dạng phu mỏ. Họ được các thương gia Pháp, *theo* chân những nhà truyền giáo và quân nhân, *đến* Hải phòng *thuê* với hợp đồng hẳn hoi.

Câu đó được phân tích như sau (that sentence is to be analyzed as follows):

OBJECT	được	GROUP OF SUBJECTS	VERB & COMPLEMENT
Họ	được	các thương gia theo chân các nhà truyền giáo đến Hải phòng	thuê với hợp đồng hẳn hoi.

Bạn xem ai đến Hải Phòng? Ai theo chân các nhà truyền giáo? Ai là người thuê? Và ai được thuê? (Find the subject of the verbs *đến, theo , thuê* and find the object of the verb *thuê*.)

Bây giờ, bạn đổi câu trên sang dạng dưới đây:

SUBJECT	VERB	OBJECT	COMPLEMENT

2.   Bạn xem khi đọc hai câu dưới đây, phải chia câu ở đâu?

a. Lúc sinh để phải nằm tại nhà nên con cái sinh ra đời chết ngay trên tay.

b. Họ vẫn cũng không quên đưa con cháu họ đi thăm những mỏ khai thác cũ mà cha ông đã lao động cực nhọc ngày xưa như để ôn lại quá khứ và nhắc nhở con cháu hãy nâng niu tôn trọng những thành đạt của ngày nay.

HIỂU BÀI

Trả lời đúng (**Đ**) hay sai (**S**) hoặc không có (**KC**).

1.   Người Việt đầu tiên sang New Caledonia để buôn bán.

2.   Các thương gia Pháp đi theo các nhà giảng đạo đến Hải Phòng.

3.   Người Pháp và người Việt ký hợp đồng với nhau.

4.   Theo hợp đồng, người Việt tại đảo phải làm việc bảy ngày một tuần.

5.   Cũng theo hợp đồng, người Việt có thể ăn những thứ họ thích.

6.   Khi bị ốm hay khi sinh đẻ, có bác sĩ chăm nom.

7.   Xong hợp đồng, nhiều người trở về Việt Nam vào năm 1939.

8.   Năm 1958, có 1000 người Việt sống ở đảo.

9.   Họ làm ăn rất khá.

10.   Có người may vá thêm để giúp gia đình.

11.   Họ trở nên giàu có vì họ buôn bán với giá cao.

12.   Họ làm ra bao nhiêu tiền, họ đem đi gửi ngân hàng.

13.   Người Việt hiện sống tại New Caledonia là thế hệ thứ ba của các phu mỏ.

14.   Họ không biết gì về văn hoá Việt Nam.

15.   Con em học hành rất giỏi.

TÓM TẮT BÀI

Bạn làm nốt những câu dưới đây:

1.   Người Việt sang New Caledonia làm _____ .

2.   Theo hợp đồng, họ làm việc _____ .

3.   Trái với hợp đồng, họ bị _____ .

4.   Xong hợp đồng, họ không trở về Việt Nam là vì đang có _____ .

5.   Cuộc trưng cầu dân ý năm 1958 hỏi người Việt _____ .

6.   Có _____ người trả lời là muốn về .

7.   Số người ở lại không phải là phu mỏ nữa mà làm nghề _____ .

8.   Phần lớn họ làm chủ _____ .

9.   Những đặc điểm của người Việt tại đảo là _____ .

10.   Dù bây giờ giàu có, họ không quên _____ .

11.   Cha mẹ muốn con cái _____ .

12.   Những sinh hoạt dân tộc là _____ .

Lửa thử vàng, gian nan thử đức

As fire is used to test gold,
so adversity is the test for all virtues.

BÀI 3

Bài đọc về TẾT

NHỮNG ĐIỀU KIÊNG KY TRONG NHỮNG NGÀY TẾT

1   Người Việt vốn có đầu óc mê tín. Họ tin có thần thánh, có ma quỷ. Vì vậy mà trước khi làm một công việc gì quan trọng hay tổ chức một đám lễ như lễ cưới, lễ hỏi hoặc lễ chôn cất, vân vân, họ đi thầy bói hoặc xem lịch để biết ngày lành tháng tốt.

2   Đêm Giao Thừa, người ta thờ cúng ông bà tổ tiên. Trên bàn thờ tổ tiên có thắp hương và bày các món ăn, hoa quả. Người ta tin rằng, vào dịp Tết, hồn các ông bà trở về để cùng ăn Tết với các con cháu.

3   Riêng vào dịp Tết, dù dị đoan hay không, ai ai cũng rất thận trọng trong từng lời nói việc làm. Người ta kiêng quét nhà trong ba ngày Tết vì cho rằng làm như thế tiền bạc sẽ ra khỏi nhà. Không ai được mặc áo quần màu trắng vì màu ấy là màu tang. Những điều kiêng ky khác là không được cãi nhau, nói xấu hay mắng mỏ ai. Gia đình phải trên thuận dưới hoà.

4   Vào ngày mồng một Tết, người ta tránh đi thăm họ hàng, bạn bè hoặc người quen trừ khi đã được mời đến xông đất. Xông đất có nghĩa là đến thăm một gia đình vào đúng ngày mồng một để đem lại nhiều điều tốt lành cho gia đình ấy suốt năm. Người Việt tin rằng người khách đầu tiên bước vào nhà mình sẽ đem đến sự may hay rủi. Vì thế cho nên người ta phải chọn người khách ấy rất kỹ để mời đến xông đất. Thường người ta chọn người xông đất trong số các bạn bè, họ hàng của mình. Người ấy phải là một người ăn nên làm ra hoặc ít nhất một người vui tính đến xông đất, hy vọng rằng mình cũng sẽ ăn nên làm ra như người khách ấy, hoặc ít nhất trong năm đó tất cả mọi công chuyện trong gia đình sẽ được suôn sẻ.

TỪ VỰNG

Trong mỗi đoạn, bạn tìm một từ để ghép vào nghĩa tiếng Anh của nó. Mỗi gạch là một từ.

Thí dụ: by nature   <u>vốn</u>
           ceremony   <u>đám lễ</u>

Đoạn 1 và 2

fortune teller   _____ _____

gods, genies   _____ _____

ghosts and evil spirits   _____ _____

incense   _____

propitious day   _____ _____ _____ _____

spirits of the dead   _____

superstitious mind   _____ _____ _____ _____

to bury   _____ _____

to display   _____

to light (ignite)   _____

Đoạn 3

to be careful   _____ _____

to be harmonious   _____ _____ _____ _____

mourning color   _____ _____

to abstain from   _____

to sweep   _____

Đoạn 4

to be successful   _____ _____ _____ _____

to go smoothly (of events)   _____ _____

good or bad luck   _____ _____ _____ _____

every matter   _____ _____ _____

to flow smoothly   _____ _____

to step into someone's house   _____ _____

Tết giờ đã đến sau lưng,
Ông vải thì mừng, con cháu thì lo

Tet is coming right behind you,
The kitchen god is happy, but the children of the household are worried.

BÀI TẬP

Làm nốt những câu sau đây:

1. Trước khi làm đám cưới, người ta đi _____ .

2. Đêm Giao thừa, gia đình _____ .

3. Người ta đi mua hoa quả _____ .

4. Suốt năm, người ta sẽ không có tiền nếu _____ .

5. Gia đình phải hòa thuận, cho nên người ta không được _____ .

6. Ngày mồng một Tết, người ta không đi thăm _____ .

7. Khách đầu tiên đến nhà xông đất phải là người _____ .

8. Xông đất có nghĩa là _____ .

ĐỀ TÀI NÓI CHUYỆN

1. Người phương Tây có đầu óc mê tín dị đoan không? Có những điều gì họ kiêng làm? Và những điều gì phải làm để được may mắn?

2. Ở Mỹ lễ Halloween là gì? Người Mỹ tổ chức lễ đó như thế nào?

3. Bạn có dị đoan không? Bạn có tin vào số phận (predestiny or fate) như phần lớn người Việt không?

BÀI 4

CON NGƯỜI TRONG VĂN HOÁ VIỆT NAM

1   Khó có thể nói rằng người Việt có triết học vì nếu tìm trong các văn bản chữ viết còn giữ được thì không có dòng nào nói đến triết học Việt Nam. Chính vì vậy mà người ta cho rằng người Việt không có triết học. Trên thực tế, các triều đại phong kiến nối tiếp nhau trong lịch sử Việt Nam đều dựa vào tư tưởng Nho giáo để trị quốc. Trong lịch sử hiện đại, người Việt lại dựa vào triết học Mác-xít để làm cách mạng.

2   Ấy thế nhưng không ai có thể phủ nhận được rằng con người Việt Nam trong đời sống hằng ngày hình như vẫn được một hệ thống tư tưởng nào đó chi phối, khiến cho họ có một tính cách không giống hẳn với các dân tộc khác.

3   Thật vậy, quan sát người Việt trong những lúc đau khổ, khó khăn hay hạnh phúc của họ, người ta không nhận thấy những biểu hiện cực đoan. Nói cách khác, trong cảnh ngộ khó khăn hay đau đớn, người Việt không rơi vào trạng thái bi quan hay tuyệt vọng. Thậm chí họ còn có thể nở những nụ cười mà người ngoài thường cho là bí hiểm. Những nụ cười đó chẳng qua là sự thể hiện của một ý chí không chịu khuất phục hoàn cảnh, một sự hiểu thấu quy luật của tự nhiên và xã hội. (...) Trong lịch sử đầy sóng gió của mình, người Việt luôn luôn biết cách thoát ra khỏi cảnh ngộ khó khăn để chiến thắng thiên tai, dịch họa và bảo tồn nòi giống.

4   Tính cách ấy của người Việt có nguồn gốc sâu xa trong quan niệm triết học về con người của họ. (...) Chủ yếu người Việt thờ người. Trong gia đình có bàn thờ tổ tiên, còn ở những nơi công cộng, người ta xây miếu để thờ các vị anh hùng dân tộc, những người có công lao với làng xóm, với xã hội. Đó là biểu hiện của một quan niệm triết học nhân bản trong đó con người là trung tâm của vũ trụ, trung tâm của mọi hoạt động.

5   Lý tưởng của nền triết học đó là phụng sự con người khi sống cũng như khi chết. Tuy nhiên triết học nhân bản của Việt nam không còn là một học thuyết đứng bên ngoài cuộc sống nữa mà đã đi hẳn vào cuộc sống. Vì thế nó không còn là triết học nữa mà đã trở thành văn hoá.

[Bài của Lê Đình Tứ, Hà Nội]

Từ vựng

triết học, triết học nhân bản	philosophy, humanism
văn bản chữ viết	written documents
dòng	(written) line
triều đại phong kiến	feudal dynasty
nối tiếp nhau	following one another
dựa vào	to be based on, lean on
(hệ thống) tư tưởng	(system of) thought
Nho giáo; Mác-xít	Confucianism; Marxism
(cai) trị quốc	to govern the nation
làm cách mạng; cuộc cách mạng	to revolt, the revolution
phủ nhận	to deny
chi phối	to control, to rule
khiến cho	causing
tính cách	character, quality
quan sát	to observe
biểu hiện cực đoan	excessive demonstrations of one's feelings
nói cách khác	in other words
trong cảnh ngộ khó khăn hay đau đớn	in a difficult situation or in a situation of grief
rơi vào	to fall in
trạng thái bi quan hay tuyệt vọng	a pessimistic state and a state of despair
nở những nụ cười	to smile
bí hiểm	to be inscrutable, enigmatic, mysterious
chẳng qua là	only because, nothing but
sự thể hiện	the expression of
ý chí không chịu khuất phục hoàn cảnh	a will not to succumb to circumstances
sự hiểu thấu quy luật của tự nhiên	a thorough understanding of the laws of nature
trong lịch sử đầy sóng gió của mình	in their tormented history
thoát ra khỏi	to escape
chiến thắng thiên tai, dịch họa	to triumph over natural disasters and foreign invaders
bảo tồn nòi giống	to preserve one's race
quan niệm	belief
đền, miếu	temple, shrine
anh hùng dân tộc	national hero

người có công lao với làng xóm	people who have rendered services to the village
vũ trụ	the universe
lý tưởng	the ideal, aim
phụng sự	to serve
học thuyết	doctrine, theory

THÀNH NGỮ

Chẳng qua là : **only because, nothing but**

Người Việt không có triết lý sống chẳng qua là triết lý đó đã từ lâu trở thành văn hoá.	Vietnamese people do not have a philosophy of life, only because that philosophy has long become part of the culture.
Những nụ cười chẳng qua là sự thể hiện của một ý chí không chịu khuất phục hoàn cảnh	The smiles are nothing but the expression of a will not to succumb to circumstances.
Người Việt không bao giờ tuyệt vọng chẳng qua là họ hiểu thấu quy luật của tự nhiên và xã hội.	Vietnamese people never despair, only because they understand thoroughly the laws of nature and those of society.

BÀI TẬP

Bạn tìm trong bài vài câu mà bạn có thể viết lại với thành ngữ **chẳng qua là**.

TÓM TẮT

Tóm tắt ý nghĩa chính của mỗi đoạn. Bạn có thể đặt tựa (give a title) cho mỗi đoạn.

CÂU HỎI

1. Trong cuộc sống, người Việt có theo triết học nào không?

2. Thái độ của người Việt như thế nào trước sự khó khăn hay đau đớn?

3. Người Việt thờ ai? Triết học nhân bản của người Việt được biểu lộ như thế nào?

4. Bạn cắt nghĩa câu này: "Ngày nay triết học nhân bản đã trở thành văn hoá."

Nhà khó cậy vợ hiền, nước loạn nhờ tướng giỏi

A family in need relies on a good wife;
a country in turmoil relies on the skills of its generals.

TỪ VỰNG CHỦ ĐỀ BẢY

NOUNS	NOUNS	VERBS	ADJECTIVES
đối tượng	đền, miếu	thăm dò	hẳn hoi
phiếu thăm dò	anh hùng dân tộc	tiến hành	hẳn
văn hoá	văn bản chữ viết	thể hiện/biểu hiện	năng động
nghệ thuật	dòng	giải trí	dị đoan
rạp xem phim	triều đại	ghi lại	mê tín
rạp chiếu bóng	tư tưởng	phụ	thận trọng
khán giả	học thuyết	kết thúc	tốt lành
nhạc tiền chiến	triết học nhân bản	nâng niu	hoà thuận
nhạc tình cảm	thiên tai	kiêng ky	may, rủi
nhạc đấu tranh	dịch họa	chôn cất	êm xuôi
nhạc truyền thống	nòi giống	bày	tuyệt vọng
cách mạng		quét nhà	bi quan
nhạc hải ngoại		cãi nhau	phong kiến
cải lương		mắng mỏ	bí hiểm
tuồng		nói xấu	
chèo		tránh	
hát bội		xông đất	
kịch nói			
tấu hài			
trưng cầu dân ý		**EXPRESSIONS**	
địa điểm giải trí		Hội đồng Nhân dân thành phố	
tụ điểm		ngày lành tháng tốt	
tài liệu		trên thuận dưới hoà	
hợp đồng		ăn nên làm ra	
thực phẩm		nói cách khác	
tiền công			
màu tang			
đám lễ			
thầy bói			
đầu óc mê tín			
nhang hương			
hồn			

Một người làm nên cả họ được cậy
Một người làm bậy cả họ mang nhơ

The whole family can depend on a successful member;
a bad member will bring disgrace to the whole family.

8
CHỦ ĐỀ TÁM

PHỤ NỮ VIỆT NAM

BÀI 1

ĐỊA VỊ PHỤ NỮ QUA CÁC THỜI ĐẠI

1   Trước thời Bắc thuộc

Trước Công nguyên, vào thời mà đất nước chưa bị Trung Hoa thống trị và đạo Khổng chưa nhập vào đời sống của người Việt, phụ nữ được bình đẳng và có rất nhiều quyền hành ngoài xã hội và trong gia đình. Họ được chia đất đai, được thừa hưởng tài sản của gia đình y như nam giới. Trong gia đình, họ quyết định mọi việc.

2   Thời Bắc thuộc

Cùng với nền thống trị của phong kiến Trung Quốc, đạo Khổng được đưa vào Việt Nam.   Khổng giáo thay đổi hoàn toàn địa vị của người phụ nữ Việt Nam.   Phụ nữ bị chi phối bởi thuyết *"tam tòng"* và *"tứ đức."*   Đời sống của một người nữ phụ thuộc vào nam giới trong gia đình: người cha, người chồng và người con trai trưởng. Tam tòng là *Tại gia tòng phụ, xuất giá tòng phu, phu tử tòng tử* có nghĩa là khi còn ở nhà phải thờ kính cha, khi lấy chồng thì phải theo và phụng sự người chồng, đến khi chồng chết thì phải phụng sự người con trai. *Tứ đức* dạy người nữ phải có *công* (chăm làm việc nhà), *dung* (vẻ đẹp bề ngoài), *ngôn* (ăn nói lễ phép), *hạnh* (có nết tốt đẹp).

3   Dưới triều Lê

Đến thế kỷ 15, triều Lê cải cách luật trong đó có dành lại quyền cho phụ nữ vốn đã có từ trước thời Bắc thuộc. Năm 1429, vua Lê Lợi ban hành luật theo đó phụ nữ được chia ruộng công. Dưới triều Lê Thánh Tông, với bộ luật Hồng Đức ban hành vào năm 1483, phụ nữ hưởng một số quyền lợi về tài sản và những quyền hạn nhất định. Vào thời điểm mà phụ nữ các nước khác vẫn còn bị áp chế, bộ luật Hồng Đức đánh dấu bước phát triển của nữ quyền ở Việt Nam.

4   *Dưới triều Nguyễn*

Vào đầu thế kỷ 19, Triều Nguyễn mô phỏng luật của nhà Thanh bên Trung Hoa để ban hành bộ luật Gia Long, theo đó phụ nữ có địa vị thấp kém trong xã hội và vị trí phụ thuộc trong gia đình. Thái độ trọng nam khinh nữ theo nguyên tắc Khổng Mạnh đưa đến sự bất bình đẳng nam nữ và địa vị độc tôn của nam giới.

5   Trong lịch sử Việt Nam, do nhu cầu chống ngoại xâm thường xuyên và những cuộc chiến tranh phong kiến kéo dài như ở thế kỷ thứ 17 và 18, nam giới phải tham gia chiến trận nên người phụ nữ phải gánh vác toàn bộ công việc đồng ruộng nặng nhọc hoặc buôn bán để nuôi gia đình và giáo dục con cái. Bất chấp tư tưởng trọng nam khinh nữ của Khổng giáo, người phụ nữ Việt Nam đã khẳng định vai trò to lớn và tích cực của mình trong gia đình và ngoài xã hội.

6   *Đầu thế kỷ 20 - Phụ nữ và giáo dục*

Vì ảnh hưởng Nho giáo, phụ nữ không được đến trường. Nạn thất học, mù chữ ngăn cản phụ nữ thoát khỏi số phận ràng buộc của họ. Mãi đến đầu thế kỷ 20, trường Đông Kinh Nghĩa Thục được sáng lập với nam giới nắm các chức vụ quan trọng trong trường, và chỉ hai giáo sư là nữ dạy quốc ngữ và tiếng Hán. Phụ nữ được khuyến khích đến dự những buổi thuyết trình về chính trị, lịch sử, văn hoá. Trường bị người Pháp đóng cửa vào năm 1908.

7   Cũng trong giai đoạn này, thành phần trí thức, trưởng giả trong xã hội bắt đầu lên tiếng phản đối vì một mặt họ mong mỏi cải thiện xã hội và một mặt đòi hỏi độc lập cho đất nước. Một số chủ trương đòi nam nữ bình quyền, giải phóng phụ nữ ra khỏi ách của gia đình, mẹ chồng. Năm 1917, tờ Nam Phong ra đời với chủ bút Phạm Quỳnh chủ trương phải thành lập một chương trình giáo dục phụ nữ tùy theo vị trí giai cấp của họ trong xã hội. Năm 1918, tuần báo *Nữ Giới chung* (Women's bell), báo đầu tiên của phụ nữ Việt Nam ra mắt do bà Sương Nguyệt Ánh xuất bản. Đến cuối năm tuần báo phải đóng cửa vì thời ấy chưa có nhiều phụ nữ biết đọc, giá báo lại quá đắt.

8   Đến thập niên 20, có nhiều thiếu nữ được đi học. Năm 1929, báo *Phụ nữ Tân văn* của bà Nguyễn Đức Nhuận ra mắt tại Sài Gòn. Độc giả gồm hàng nghìn thanh thiếu niên mới vừa ra trường. Tuần báo này đưa ra nhiều thông tin cho phụ nữ, chủ trương giáo dục phụ nữ trên mọi phương diện. Năm 1934 tuần báo chấm dứt hoạt động.

9   *Từ năm 1945 trở đi*

Từ năm 1945 trở đi, phụ nữ Việt Nam có mặt trong mọi hoạt động xã hội. Ở miền Nam Việt Nam, vào thập niên 60, phụ nữ đã bắt đầu giữ nhiều chức vụ quan trọng. Trước năm 1975, có phụ nữ làm giáo sư đại học, luật sư, dân biểu, bác sĩ, kỹ sư, nữ quân nhân, sĩ quan. Trong ngành báo chí có rất nhiều phụ nữ làm chủ bút, trong lĩnh vực thương mại lớn hay nhỏ, có nhiều thương gia nữ rất thành công.

10   Ở miền Bắc trước năm 1975, phụ nữ vừa là lực lượng sản xuất xây dựng đất nước vừa tham gia chiến tranh. Ngày nay, phụ nữ tham gia rộng rãi vào việc quản lý đất nước, quản lý xã hội. Ngày càng có nhiều phụ nữ có trình độ học vấn cao như giáo sư, tiến sĩ, phó tiến sĩ, nhiều phụ nữ tham gia lãnh đạo các cấp chính quyền từ trung ương đến địa phương, nhiều nữ doanh nhân xuất sắc.

THUẬT NGỮ SỬ HỌC – **Language of History**

giai đoạn; thời đại	stage; era, epoch
địa vị	status, position
Trước Công Nguyên	the period B.C.
Thời Bắc thuộc	Chinese rule
Thời Pháp thuộc	French colonial period
Dưới triều Lê, dưới đời nhà Lê	Under the Le dynasty
nền thống trị; bị thống trị	domination; be dominated
chống ngoại xâm	to fight foreign invaders
phong kiến; chiến tranh phong kiến	feudalism; feudal war
tham gia chiến trận	to go into battle
bị chi phối; bị áp chế	be governed; be oppressed
Bộ luật Hồng Đức đánh dấu bước phát triển của nữ quyền ở Việt Nam.	The Hong Duc laws marked the stepping-stone for women's rights in Vietnam.
cải cách; cải thiện	to reform; to improve
ban hành luật	to promulgate a law
mô phỏng luật của nhà Thanh	to copy the Ch'ing dynasty's laws
đòi hỏi độc lập cho đất nước	to claim independence for the country

THUẬT NGỮ XÃ HỘI HỌC – Language of Sociology

thừa hưởng tài sản của gia đình y như nam giới	to enjoy the family's inheritance just like any male of the family
hưởng một số quyền lợi về tài sản	to enjoy a number of rights regarding the family's inheritance
thuyết; nguyên tắc; tư tưởng	theory; principles; ideology
'trọng nam khinh nữ'	'to respect males and despise females'
bất bình đẳng nam nữ	inequality between men and women
nam nữ bình quyền	equal rights for men and women
địa vị độc tôn của nam giới	the unique status reserved for men
gánh vác toàn bộ công việc đồng ruộng nặng nhọc	to assume all the heavy duties in the rice fields
khẳng định vai trò to lớn và tích cực	to affirm their great and active role
ngăn cản phụ nữ thoát khỏi số phận ràng buộc của họ	to prevent women from freeing themselves from their restrictive destiny
thành phần trí thức, trưởng giả	the intellectual, well-to-do class
lên tiếng phản đối	to raise their voice in protest
chủ trương	to advocate
vị trí giai cấp trong xã hội	the position in the social strata
giải phóng phụ nữ ra khỏi ách của ...	to emancipate women from the yoke of ...
tuần báo; chủ bút; độc giả	weekly magazine; editor; readers
ra đời, ra mắt; chấm dứt hoạt động	to be issued for the first time; to cease publication
lực lượng sản xuất xây dựng	production and construction forces
từ trung ương đến địa phương	from central to regional
nữ doanh nhân xuất sắc	outstanding businesswomen

TÌM THÔNG TIN

Điền vào trong ô những sự việc liên quan đến phụ nữ qua các thời đại.

Trước Công nguyên	
Thời Bắc thuộc	

Thời Bắc thuộc (tiếp theo)	
Triều Lê	
Triều Nguyễn	
Thời Pháp thuộc	
Thập niên 40	
Thập niên 70	

ĐỀ TÀI NÓI CHUYỆN

Nói về địa vị phụ nữ ở nước của bạn. Có những thay đổi nào đáng kể trong địa vị của phụ nữ? Vào thời điểm nào?

BÀI 2

PHỤ NỮ VIỆT NAM TRONG LỊCH SỬ

Nhìn lại lịch sử Việt Nam có thể thấy vai trò không thể thiếu của người phụ nữ trong lịch sử dựng nước và giữ nước của dân tộc.

Ngay từ thế kỷ II trước Công nguyên, hai chị em Bà Trưng là Trưng Trắc và Trưng Nhị đã phất cờ khởi nghĩa chống lại sự thống trị của nhà Hán (Trung Quốc), giải phóng đất nước. Như vậy là Hai Bà Trưng đã mở đầu trang lịch sử chống ngoại bang của nước nhà. Hơn hai thế kỷ sau, cô gái Triệu thị Trinh chưa đầy hai mươi tuổi đã cùng anh là Triệu Quốc Đạt đứng lên chống lại nền thống trị của nhà Ngô. Người nữ tướng ấy sau này vẫn được nhân dân ca ngợi:

> "Muốn coi lên núi mà coi
> Có bà Triệu tướng cưỡi voi đánh cồng"

Hình ảnh Hai Bà Trưng và bà Triệu là hình ảnh tiêu biểu cho vai trò lịch sử của phụ nữ Việt Nam trong cuộc đấu tranh chống ngoại bang xâm lược.

Sinh ra trong một nước có nền nông nghiệp làm chủ yếu, phụ nữ Việt Nam có vai trò to lớn trong sản xuất nông nghiệp ngay từ buổi đầu dựng nước. Nghề trồng lúa, trồng rau, trồng dâu, nuôi tằm ... đều không thể thiếu bàn tay người phụ nữ. Do có cuộc chiến tranh kéo dài hàng thế kỷ, nam giới phải đi đánh giặc nên công việc đồng ruộng phải do phụ nữ đảm nhận. Phụ nữ trở thành lực lượng sản xuất chính trong xã hội.

Ngoài sản xuất nông nghiệp, phụ nữ còn đóng vai trò quan trọng trong các nghề thủ công truyền thống. Truyền thuyết dân gian đã nói về bà Chúa Chuốt, bà Chúa Sành là những tổ sư của nghề gốm. Công chúa Thiều Hoa, con gái vua Hùng Vương thứ VI được tôn thờ là tổ sư của nghề dệt lụa. Ở làng Trích Sài (Hà Tây) có miếu thờ bà Phạm thị Ngọc Đô từ thời Lê là tổ sư của nghề dệt lĩnh. Ở Sàigòn có miếu thờ Lê Châu là tổ sư của nghề kim hoàn. Ở làng Giành (Thái Bình) từ đời nhà Trần có bà Phương Dung đã dạy nghề đan giành cho dân làng, sau này được tôn thờ là tổ sư của nghề đan mây tre. Dân làng Hoạch Trạch (Hải Hưng) tôn thờ bà Lý thị Hiệu là tổ sư của nghề làm lược tre từ thế kỷ thứ 17.

Nhờ có đôi tay tài hoa khéo léo của người phụ nữ mà cho đến nay nhiều nghề thủ công truyền thống của dân tộc vẫn được bảo tồn và sản phẩm của nó vẫn giữ được uy tín trên trường quốc tế.

(Theo tài liệu của Tố Uyên)

Từ vựng

vai trò không thể thiếu	the indispensable role
trong lịch sử dựng nước và giữ nước	in the history of building and defending the country
phất cờ khởi nghĩa	to rise up in arms
giải phóng đất nước	to liberate the country
mở đầu trang lịch sử	to open a page of history
chống ngoại bang xâm lược	in the fight against foreign invaders
chưa đầy hai mươi tuổi	not yet twenty years of age
được nhân dân ca ngợi	to be praised by the people
nữ tướng	female general
Triệu tướng cưỡi voi đánh cồng	General Trieu riding the elephant and sounding the drum to exhort the troups
từ buổi đầu dựng nước	since the early days of building the nation
hình ảnh tiêu biểu cho ...	the image representing ...
trồng dâu nuôi tằm	to raise silk worms
không thể thiếu bàn tay phụ nữ	could not do without (the hands of) women
đảm nhận	to assume the responsibility
nghề thủ công truyền thống	traditional handicraft
truyền thuyết dân gian	popular legend
được tôn thờ là tổ sư	be revered as the ancestor of
nghề gốm; nghề dệt lụa, dệt lĩnh*	ceramics; silk weaving
nghề kim hoàn	silver and goldsmith
đan giành; đan mây tre	weaving with bamboo strips, basket weaving
công chúa	princess
lược tre	bamboo comb
miếu thờ ...	a temple to worship ...
nhờ có đôi tay tài hoa khéo léo của ...	thanks to the talented and skillful hands of ...
Sản phẩm giữ được uy tín trên trường quốc tế.	The product has kept its good name on the international market.

*lĩnh : very fine and delicate silk. Garments made of this material were worn by people in the King's court.

CÂU HỎI

Trong lịch sử Việt nam không những phụ nữ bảo vệ đất nước mà họ còn là lực lượng sản xuất trong xã hội. Xin bạn tìm trong bài những điều chứng minh lời nói trên.

BÀI 3

PHỤ NỮ VÀ HỌC VẤN

Dưới thời phong kiến, phụ nữ Việt Nam sống trong số kiếp "con ong, cái kiến". Qua một nghìn năm phong kiến, cả nước chỉ có một nữ tiến sĩ. Qua một trăm năm Pháp thuộc cũng chỉ có một nữ tiến sĩ. Trường Đại học đầu tiên của Việt Nam thành lập năm 1076 với tên gọi Quốc tử giám. Trong suốt mười thế kỷ, trường Quốc tử giám đã đào tạo được 2874 tiến sĩ là nam giới. Phụ nữ không có chỗ đứng trong giáo dục học đường, trong đào tạo đại học cũng như trong các kỳ thi tiến sĩ. Vào thế kỷ XVI, bà Nguyễn thị Duệ cải trang nam giới để đi thi tiến sĩ. Bà đỗ đầu khoa nhưng rồi việc cải trang bị phát hiện, bà bị tước học vị, không được triều đình công nhận. Dưới thời Pháp thuộc, 97% phụ nữ Việt Nam mù chữ. Cả nước chỉ có duy nhất một nữ tiến sĩ là bà Nguyễn thị Nga.

Ngày nay, giáo dục học đường đã mở rộng cửa đón nhận những người phụ nữ. Phụ nữ Việt Nam chiếm 51,48% dân số, 52% lực lượng lao động toàn xã hội. Phụ nữ đã phấn đấu nâng cao học vấn và năng lực công tác. Có khoảng nửa triệu phụ nữ tốt nghiệp các trường trung học chuyên nghiệp, khoảng nửa triệu công nhân kỹ thuật. Tỷ lệ nữ trong tổng số cán bộ có trình độ cao đẳng, đại học trở lên chiếm 38%. Trong số này, có 143 giáo sư và phó giáo sư, 23 tiến sĩ khoa học, 754 phó tiến sĩ là nữ. Trong mười năm (1985 – 1995) có 18 nhà khoa học nữ. Phụ nữ ngày nay đã hoạt động trong hầu hết các lĩnh vực khoa học và kỹ thuật. Nhiều phụ nữ làm việc tại các trường đại học, các Viện nghiên cứu, các cơ sở sản xuất kinh doanh. Một số phụ nữ đã tham gia quản lý đất nước, quản lý xã hội.

Theo các số liệu thống kê, số đại biểu quốc hội phụ nữ là 18% (1987 – 1992), và 18,5% (1992 – 1997). Ở cấp trung ương trong thời kỳ 1989 – 1993 số phụ nữ là Bộ trưởng chiếm 9,5%, Thứ trưởng 7%, Vụ trưởng 13,3%, vụ phó 9%, Tổng giám đốc 9%. Ở cấp tỉnh khoảng 20%, cấp huyện từ 13 – 19,7%, cấp xã từ 14,1 đến 19,6% phụ nữ làm lãnh đạo.

(Theo tài liệu của Giáo sư Đặng Thanh Lê)

Từ vựng

thời phong kiến	in the feudal period
tiến sĩ; phó tiến sĩ	Dr. (Ph.D.); Master degree holder
sống trong số kiếp 'con ong cái kiến'	to live the fate of tiny creatures
(con ong, cái kiến; bee, ant)	

cải trang nam giới	to disguise as a man
đỗ đầu khoa	to rank high in the examination
việc cải trang bị phát hiện	the disguise was discovered
bị tước học vị	to be stripped of her university degree
không được triều đình công nhận	not recognized by the king's court
duy nhất	solely
phấn đấu nâng cao học vấn và năng lực công tác	to fight to upgrade their education and their competence
trường trung học chuyên nghiệp	secondary vocational school
công nhân kỹ thuật; kỹ thuật	technicians; technology
trình độ cao đẳng	two-year college level
quản lý	to administer
số liệu thống kê	statistics
đại biểu quốc hội	members of Parliament
ở cấp trung ương; cấp tỉnh; cấp huyện; cấp xã	at central level; provincial level; district level; village level
thứ trưởng; vụ trưởng; vụ phó	vice minister; department chief; deputy chief

BÀI TẬP VỚI NHỮNG CON SỐ

Tìm những thông tin đi với những con số dưới đây:

Về giáo dục, học vấn	
Năm 1076	
Thế kỷ 16	
Suốt 10 thế kỷ	
97%	

38%	
51.48%	
500 000	
143 23 754 18	
Lực lượng lao động toàn xã hội	
500 000	
18.50%	
9.5% 7% 13.3% 9%	
20% 13 - 19.7 % 14.1 - 19.6 %	

BÀI 4

Một nhân vật Việt Nam (A Vietnamese personality)

BÀ LUẬT SƯ CHỦ TIỆM ĂN
VÀ MÙA XUÂN NĂM QUÝ DẬU

Ở đường Nguyễn Du thành phố Hồ Chí Minh có một tiệm ăn không biển quảng cáo nhưng luôn luôn đông khách, mà toàn khách sang: những vị đại sứ, những nhà doanh nghiệp, những khách du lịch ngoại quốc, ... Đó là tiệm ăn của bà Nguyễn Phước Đại, một người phụ nữ mà những ai quan tâm đến thời cuộc Sài Gòn trước năm 1975 đều biết tiếng.

Tiệm ăn đặt ngay tại căn phòng vốn là văn phòng luật sư của bà. Tiệm khá nhỏ, chỉ có năm bàn, thực đơn giá cao, nhưng khách vẫn hài lòng. Có vị đến vì món ăn ngon, có vị đến để mượn xem những cuốn sách quý của bà chủ tiệm trong thư viện, có vị đến để tận hưởng không khí á đông vừa đầm ấm vừa sang trọng. Đặc biệt có vị đến để có cơ hội trò chuyện với bà chủ quán, người đàn bà vui tính năm nay đã 68 tuổi.

Bà Nguyễn Phước Đại sẵn lòng kể lại cái thời bà tham gia chính trường Sài Gòn. Là luật sư và thượng nghị sĩ, bà tham gia nhóm đối lập, xuống đường đấu tranh. Rồi Sài Gòn giải phóng. Mặc dù có đủ điều kiện ra đi nhưng bà đã chọn con đường ở lại. Đối với bà, năm 1975 là năm hạnh phúc nhất nhưng cũng là năm gay go nhất. Hạnh phúc là vì Việt Nam đã hoàn toàn độc lập tự do, đất nước thái bình, nhưng gay go vì đói khổ. Trong những năm tháng khó khăn ấy, bà vẫn không mất niềm tin vào tương lai.

Khi nhớ lại những năm người ta bắt trí thức thành phố Hồ Chí Minh đi thâm nhập thực tế, bà Đại cười. Hồi đó một số kỹ sư, bác sĩ, dược sĩ, luật sư cảm thấy khổ sở khi phải đi lao động thì bà vẫn vui vẻ như không. Bà vừa lao động vừa cười đùa. Thì ra, trong khi có người thấy ở hoàn cảnh đó sự đầy ải, hạ thấp phẩm cách, thì bà lại tìm ra khía cạnh phiêu lưu lãng mạn.

Những ai có dịp trò chuyện với bà luật sư Nguyễn Phước Đại đều bị lôi cuốn bởi cá tính mạnh mẽ, sôi nổi và triết lý sống độc đáo của bà. Bà là đại diện của cả hai loại người trong xã hội: quý phái và bình dân. Bà có thể là một mệnh phụ phu nhân cao sang ngồi xa-lông tiếp kiến các nhân vật nổi tiếng, nhưng cũng có thể là người đàn bà bình dân mặc áo trắng quần đen ngồi ngay trên vỉa hè đường phố Hà Nội ăn uống một cách ngon lành.

Giờ đây, tuy tuổi đã cao, bà vẫn đảm nhiệm hàng chục chức vụ. Bà là thành viên của Ủy ban Xoá đói giảm nghèo, thành viên của Ban Bảo trợ trẻ em nghèo. Bà cũng là hội viên Hội Luật gia Thành phố, v.v. Bà nói là mùa xuân Quý Dậu, bà có nhiều niềm vui, mà một trong những niềm vui đó là không khí hoà hợp dân tộc. Bà nói suốt mười tám năm qua, bà trông chờ cái ngày như ngày hôm nay.

[*Báo Xuân năm Quý Dậu 1993*]

TỪ VỰNG

1. Hiểu từ mới

Tìm ý nghĩa tiếng Anh của những câu dưới đây. Ghép câu trong cột 1 vào ý nghĩa tiếng Anh của nó. (Bạn có thể đoán bằng cách nhận một từ quen thuộc trong mỗi câu hoặc đọc lại xem thành ngữ ấy trong câu nào).

1.	đảm nhiệm chức vụ	a.	to lose faith
2.	đất nước thái bình	b.	to join the opposition party
3.	(sự) đầy ải	c.	a powerful woman
4.	hạ thấp nhân phẩm	d.	to eradicate poverty
5.	hoà hợp dân tộc	e.	philosophy of life
6.	mất niềm tin	f.	senator
7.	mệnh phụ phu nhân	g.	to immerse oneself in real life
8.	khía cạnh phiêu lưu lãng mạn	h.	peaceful land
9	tham gia chính trường	i.	to lose one's dignity
10.	tham gia đối lập	j.	reconciliation
11.	thâm nhập thực tế	k.	adventurous and romantic side
12	thượng nghị sĩ	l.	to assume a responsibility
13.	triết lý sống	m.	an ordeal
14.	xoá đói giảm nghèo	n.	to demonstrate in the streets
15.	xuống đường đấu tranh	o.	to participate in the political scene

2.1 ADJECTIVE or VERB + như không : ADJECTIVE or VERB as if nothing mattered

Người khác cảm thấy khổ sở khi phải đi lao động thì bà vẫn **vui vẻ như không**.	While other people feel miserable when they have to work hard, she feels happy as if nothing mattered.

2.2 Bạn tìm trong bài vài câu bạn có thể viết thành câu với **như không**.

NGỮ PHÁP

1. Câu "Đó là tiệm ăn của bà Nguyễn Phước Đại, một người phụ nữ mà những ai quan tâm đến thời cuộc Sài Gòn trước năm 1975 đều biết tiếng" có thể dịch là:

    That is the restaurant of Mrs. Nguyen Phuoc Dai, whose fame is known to anyone who was concerned about the situation in Saigon before 1975.

    Bạn xem trong câu tiếng Việt, từ nào là 'whose', và từ nào là 'fame'.

2. Trong câu "Có một tiệm ăn không biển quảng cáo nhưng luôn luôn đông khách, *mà* toàn khách sang" **mà** có nghĩa là gì?

BÀI TẬP   Bạn tìm trong bài:

Tất cả những từ chỉ nghề nghiệp, chức vụ	Những từ hay nhóm từ tả tính tình hay con người của bà N. P. Đại (words describing Mrs. Dai's character and personality)	Những từ hay nhóm từ tả đất nước Việt Nam trước và sau 1975	Những từ hay nhóm từ tả những hoạt động của Bà N. P. Đại trước và sau 1975

TÌM THÔNG TIN (Looking for specific information)

1. Tiệm ăn của bà Nguyễn Phước Đại như thế nào?

2. Khách đến đấy là những ai? Bốn lý do họ đến đấy ăn là gì?

3. Trong thời kỳ nào bà Nguyễn Phước Đại được người ta biết tiếng?

4. Đối với bà, năm 1975 là một năm như thế nào?

5. Nhận xét của bà về Việt Nam vào mùa Xuân năm Quý Dậu là gì?

TỪ VỰNG CHỦ ĐỀ TÁM

NOUNS	NOUNS	VERBS	ADJECTIVES
giai đoạn	bộ trưởng	thống trị	to lớn
thời đại	thứ trưởng	chống ngoại xâm	tích cực
địa vị	vụ trưởng	dựng nước	nặng nhọc
trước Công nguyên	vụ phó	áp chế	phiêu lưu
thời Bắc thuộc	cấp trung ương	cải cách	lãng mạn
thời Pháp thuộc	huyện	cải thiện	
dưới triều Lê	xã	ban hành	
nền thống trị	công nhân kỹ thuật	hưởng/thừa hưởng	VERBS
ngoại xâm	chức vụ	mô phỏng	ca ngợi
thời phong kiến	chính trường	khẳng định	quản lý
chiến tranh phong kiến	nhóm đối lập	gánh vác	phấn đấu
chiến trận	thượng nghị sĩ	giải phóng	chuyên nghiệp
độc lập		chủ trương	đảm nhận
thuyết		ràng buộc	tôn thờ
nguyên tắc		lên tiếng	tiêu biểu
địa vị độc tôn		phản đối	đảm nhiệm
vị trí giai cấp		đánh dấu	chi phối
thành phần trí thức		ra đời, ra mắt	mở đầu
trưởng giả			
ách	EXPRESSIONS		
tuần báo	trọng nam khinh nữ	vai trò không thể thiếu	
chủ bút	tam tòng tứ đức	mở đầu trang lịch sử	
độc giả	tại giá tòng phụ	truyền thuyết dân gian	
bước phát triển	xuất giá tòng phu	trình độ cao đẳng	
nữ quyền	phu tử tòng tử	hoà hợp dân tộc	
tiến sĩ, phó tiến sĩ	công, dung, ngôn, hạnh	xoá đói giảm nghèo	
đại biểu quốc hội	nam nữ bình quyền	xuống đường đấu tranh	
	bất bình đẳng nam nữ	từ trung ương đến địa phương	
	năng lực công tác	số liệu thống kê	

9
CHỦ ĐỀ CHÍN

VÀI NÉT VỀ VĂN HỌC VIỆT NAM

PHẦN 1
VĂN HỌC DÂN GIAN
TỤC NGỮ — CA DAO

BÀI 1 — TỤC NGỮ

These proverbs (Tục ngữ) are grouped according to the nature of the values they express. Most proverbs listed here contain some familiar words so that students, working in pairs or in small groups, can try work out the concrete meanings. Values and experiences in an Asian society may differ from those in a Western society. Thus to interpret the ultimate meaning, students need to keep in mind Vietnamese culture, beliefs, and values, although some proverbs contain some universally applicable concepts. (More inclusive meanings of these proverbs are given in the Answer section.)

A. Behavior, code of behavior

Ăn có nhai, nói có nghĩ.

Ăn lắm trả nhiều.

Chọn bạn mà chơi, chọn nơi mà ở.

Nói gần nói xa, chẳng qua nói thật.

Tin quá hoá ngu.

No mất ngon, giận mất khôn.

Đói cho sạch, rách cho thơm.

Chó dại có mùa, người dại quanh năm.

Ăn mặn nói ngay còn hơn ăn chay nói dối.

Cây khô không có lộc, người độc không có con.

B. Social relations, social responsibilities

Ăn trái nhớ kẻ trồng cây.

Lời chào cao hơn mâm cỗ.

Yêu trẻ, trẻ đến nhà.
Yêu già, già để tuổi cho.

Làm phúc quá tay, ăn mày mấy chốc.

Lời nói không mất tiền mua,
Lựa lời mà nói cho vừa lòng nhau.

Làm đầy tớ thằng khôn hơn làm thầy đứa dại.

147

C. Family relations, gratitude, obedience

Con chẳng chê cha mẹ khó,
Chó chẳng chê chủ nhà nghèo.

Anh em khinh trước,
Làng nước khinh sau.

Con hư tại mẹ, cháu hư tại bà.

Yêu cho roi cho vọt,
Ghét cho ngọt cho bùi.

Rể rể dâu dâu, cũng kể là con.

Trẻ cậy cha, già cậy non.

Anh em như chân tay, vợ chồng như quần áo.

D. Women and marriage

Cháu bà nội, tội bà ngoại.

Cha mẹ đặt đâu, con ngồi đó.

Của chồng công vợ.

Sống quê cha, ma quê chồng.

Xem trong bếp, biết nết đàn bà.

Gái chính chuyên chỉ lấy một chồng.

Thuận vợ, thuận chồng, tát biển đông cũng cạn.

Lấy chồng khó giữa làng, hơn chồng sang thiên hạ.

E. Knowledge

Dốt đến đâu, học lâu cũng biết.

Một kho vàng không bằng một năng chữ.

Muốn biết phải hỏi, muốn giỏi phải học.

Có đi mới đến, có học mới hay.

Dao có mài mới sắc,
Người có học mới khôn.

Lộn con toán bán con trâu.

Của bề bề không bằng có nghề trong tay.

Cha muốn cho con hay, thầy muốn cho trò khá.

BÀI 2 — CA DAO

Ca dao, written in poetry form and translated as "folk songs," are composed of two, eight, or ten lines describing (or satirizing) the life, customs, and habits of ordinary folk. Sentiments towards love, life, family, etc. are also expressed through folk songs.

Rhyming patterns: In a **ca dao**, the first line is normally composed of six words, its last word rhyming with the sixth word of the second line, which contains eight words. If the **ca dao** has more than two lines, the last word of every odd line rhymes with the sixth word of every even line.

The objective of this section is to introduce you to another genre of writing. In pairs or in small groups, try to understand the general meaning of each **ca dao**.

The following **ca dao** are grouped into themes: women's beauty and destiny; love and separation; and marriage and family responsibilities.

A. Women's beauty and destiny

Trúc xinh, trúc mọc bờ ao,
Em xinh, em đứng chỗ nào cũng xinh.

Ten reasons for a man to love his girl:friend:

Một thương tóc bỏ đuôi gà,
Hai thương ăn nói mặn mà, có duyên.
Ba thương má lúm đồng tiền,
Bốn thương răng nhánh hạt huyền kém thua.
Năm thương cổ yếm đeo bùa,
Sáu thương nón nghệ quai tua dịu dàng.
Bảy thương nết ở khôn ngoan,
Tám thương ăn nói lại càng thêm xinh.
Chín thương cô ở một mình,
Mười thương con mắt có tình với ai?

Ten reasons to make a girl worry about her destiny:

Một lo đứng cửa trông ra
Hai lo đi lấy chồng xa, nước người.
Ba lo sợ chị em cười,
Bốn lo đi ngược về xuôi, sao đành!
Năm lo lúc tử lúc sinh,
Sáu lo thân gái một mình đường xa!
Bảy lo nhớ cửa, nhớ nhà,
Tám lo còn chút mẹ già, ai nuôi?
Chín lo thua kém mọi người,
Mười lo đi kiếm lối, tìm nơi đi về.

Thân em như hạt mưa rào,
Hạt rơi xuống giếng, hạt vào vườn hoa.
Thân em như hạt mưa sa,
Hạt vào đài các, hạt ra ruộng cầy.

B. Love and separation

Ra về gửi bốn câu thơ,
Câu thương, câu nhớ, câu chờ, câu mong.

Nhớ ai nhớ mãi thế này,
Nhớ đêm quên ngủ, nhớ ngày quên ăn.

Thà rằng chẳng biết cho xong,
Biết ra kẻ bắc, người đông thêm sầu.

Ước gì có cánh như chim
Bay cao, liệng thấp, đi tìm người thương.

Thương thương, nhớ nhớ, sầu sầu,
Một ngày ba bận ra cầu đứng trông.
Thấy người nam, bắc, tây, đông,
Thấy toàn thiện hạ mà không thấy chàng.

Thương cha nhớ mẹ có khi
Thương em, lúc đứng, lúc đi, lúc ngồi.
Thương cha, thương mẹ có hồi,
Thương em, lúc đứng lúc ngồi cũng thương.

C. Marriage, family responsibilities

Có con phải khổ vì con,
Có chồng phải gánh giang sơn nhà chồng.

Con gái là con người ta,
Con dâu mới thật mẹ cha mua về.

Có chồng chẳng được đi đâu,
Có con chẳng được đứng lâu một giờ.

Lấy anh từ thuở mười ba,
Đến năm mười tám, em đà năm con.
Ra đường, người tưởng còn son,
Về nhà, em đã năm con cùng chồng.

Ngày nào em bé con con,
Bây giờ em đã lớn khôn thế này.
Cơm cha, áo mẹ, công thầy
Ở sao cho bõ những ngày ước ao.

PHẦN 2
VĂN HỌC CẬN ĐẠI

In Vietnam, all pre-1945 20th century literature is categorized as "Văn học Cận đại" (Modern literature). Post-1945 literature is called "Văn học Hiện đại" (Contemporary literature).

With the appearance of a literary movement called "Tự lực Văn đoàn" (the Self-reliance Literary Group), the 1930's are considered to be the golden era of Vietnamese literature, continuing to 1945. After the October revolution in 1945, Tự lực Văn đoàn's literary works were labelled as harmful literature and strongly condemned, for they depicted the passive lifestyle of well-to-do people (although some of the works painted a picture of a feudal society of corrupt and abusive mandarins and land owners who caused suffering to peasants.)

The writers who belonged to this movement were educated in the modern system, and thus were influenced by French literature and some followers of the French Romantic movement. For the most part they felt restrained by the old society and by obsolete Vietnamese family values. Through literature, they voiced their feelings, their aspirations, and at the same time, they expressed the feelings of thousands of people constrained by old traditions and customs, the frustrations of young people trapped in arranged marriages, submitting to the abusive authority of their parents, their in-laws and their extended families.

Some years ago, in the spirit of Renovation, Romantic literature was revived. The novels which had been forbidden for decades began to be reprinted, sold in bookstores, and put back on the library shelves. Some were made into films.

Below are two excerpts from Nhat Linh's novel *Đoạn Tuyệt*. (*Severance of Ties*). The novel depicts the conflict between the old and new currents of thought, the conflict between parents and children. It denounces pre-arranged marriages, the dutiful practice of "filial piety" and its consequences, and the abusive power of mothers-in-law. The title is explicit. Loan, the main female character, being French-educated but pressured by her parents into marrying someone she did not love, in the end severs her ties with her in-laws, and thus with old traditions and social conventions. Nhat Linh uses Loan as a vehicle for advocating social change and as a symbol of individualism and emancipation.

BÀI 1   Nhất Linh: *Đoạn Tuyệt* — Excerpt from Chapter 1

Loan is at the house of her friends: cô giáo Thảo and her husband ông giáo Lâm. Dũng, the man Loan really loves, is also there. However, she has been promised by her parents to someone else.

Một buổi trưa chủ nhật, về mùa đông. Trong gian phòng ấm áp, bốn người ngồi quây quần nói chuyện trước lò sưởi đỏ rực.

Thảo quay về phía một cô thiếu nữ ngồi ở ghế đệm dài, rồi hỏi:
— Thế nào, chị Loan đã biết tin cô Minh Nguyệt tự tử chưa?

Loan đáp:

– Tôi biết rồi, biết trước khi họ đăng báo, vì tôi có quen cô ta. Khốn nạn, việc quái gì mà phải tự tử. Mẹ chồng ác thì về nhà bố mẹ mà ở, tội gì rước khổ vào thân rồi đến nỗi tự tử.

Thảo nhìn bạn mỉm cười:

– Chị nói dễ quá. Còn chồng, còn con ...

Loan ngắt lời:

– Cô ấy chưa có con.

– Vâng, thì cô ấy chưa có con. Nhưng còn chồng. Con gái đã bỏ chồng là mất cả một đời rồi còn gì. Mẹ chồng ghét, chồng bênh mẹ đuổi đi. Cô Minh Nguyệt cho đời mình là hết hy vọng.

Loan nói:

– Việc gì mà hết hy vọng. Mẹ chồng ác thì đi chỗ khác mà ở, chồng ghét thì lại càng nên đi lắm. Khổ là vì mình cứ tưởng mình là thân con gái thì phải lấy gia đình chồng làm gia đình mình, nếu mất gia đình ấy là đời mình bỏ đi. Sao lại thế được. Mình sống, muốn sống thì không thể một mình mình sống được sao, nếu cái gia đình kia không cho mình được sung sướng. Sao đàn ông bỏ vợ này lấy vợ khác lại là sự thường?

Thảo thấy bạn nói có vẻ giận dữ, mỉm cười đáp:

– Chị đã biết ở xã hội mình, lấy chồng là lấy cả gia đình chồng. Nếu không muốn thế thì chỉ có cách là không lấy chồng nữa hay là chọn người nào không có gia đình mà lấy.

Rồi nghĩ đến việc riêng của Loan, thấy Loan đương bị bố mẹ ép lấy một người mà Loan không thuận, Thảo liền ôn tồn nói tiếp:

– Nhưng nào mình có được tự ý chọn đâu mà bảo kén chọn.

Từ nãy đến giờ, Dũng ngồi ... không nói một câu. Thấy hai cô bạn bàn tán mãi về một chuyện đã cũ kỹ, chàng quay lại nói:

– Chuyện gia đình bao giờ cũng rắc rối: nào tự do kết hôn, nam nữ bình quyền, mẹ chồng nàng dâu, nhiều thứ lôi thôi, muốn yên ổn thì đừng nghĩ đến nữa.

Thảo đáp:

– Anh thì cần gì gia đình mà bảo nghĩ đến. Còn chị Loan nay mai phải về nhà chồng, chị ấy không để tâm sao được.

Rồi nàng mỉm cười tinh nghịch:

– Chỉ trừ ra khi nào chị Loan lấy được người chồng không có gia đình như anh.

Câu nói đùa làm cho Loan buồn rầu cúi mặt, nghĩ đến việc nhân duyên của mình. Nàng bị cha mẹ ép phải lấy Thân, một người bạn học nhỏ của nàng, con một nhà giàu ở ấp Thái Hà.

Từ vựng

tự tử	to commit suicide
Khốn nạn, việc quái gì mà phải tự tử!	How unfortunate! Why did she have to kill herself for such a little thing!
Tội gì rước khổ vào thân rồi đến nỗi tự tử!	Why did she bring herself to suffer and then commit suicide in the end!
chồng bênh mẹ đuổi đi	The husband took his mother's side and kicked her out.
mỉm cười tinh nghịch	She smiled mischievously.
ôn tồn nói tiếp ...	She continued softly, saying ...
Nhưng nào mình có được tự ý chọn đâu mà bảo kén chọn việc nhân duyên.	We can't even choose (a husband) for ourselves, let alone say we're picky in marriage matters.

Câu hỏi

1. Quan niệm của Thảo về bổn phận của phụ nữ đối với hôn nhân là gì?
2. Loan phản ứng như thế nào trước việc cô Minh Nguyệt tự tử ?
3. Sau khi đọc bài này, bạn biết gì, nghĩ gì về xã hội Việt Nam thời đó.

BÀI 2   Nhất Linh: *Đoạn Tuyệt* — Excerpt from Chapter 3

Loan's mother asks Loan to go out with her to buy some material to prepare for the wedding. Loan finds excuses not to go. To avoid another argument about the pre-arranged marriage, her mother doesn't insist.

— Thôi cái đó tùy cô.

Loan ngửng đầu nhìn thẳng rồi thong thả nói:
— Vâng thì xin me để tùy con, và nhân thể me để tùy con có nên lấy chồng hay không nên lấy chồng. Con đã nhiều lần thưa với me rằng con không thể ...

Bà Hai giận dữ:
— A, cô không thể ... Cô phải biết cô lớn rồi, cô phải biết nghĩ chứ!

Loan vẫn ung dung từ tốn:
— Thưa me, chính vậy. Chính vì con lớn, con biết nghĩ nên con mới thưa cùng me rằng con không thể về làm dâu nhà ấy ...

Bà Hai nói:
— Dễ thường cô tưởng chuyện chơi sao?

Loan đáp:
— Không, con không cho là chuyện chơi. Con cho là một chuyện rất quan hệ trong đời con, mà chỉ quan hệ đối với con mà thôi.

— Còn tôi? Ra cô không coi lời hứa của tôi vào đâu cả.

— Thưa me, sao me hứa với người ta, trong bao nhiêu năm me nhận lễ của người ta. Nếu me nghe con ngay từ trước? Người ta đến ăn hỏi, me cũng cứ nhận, lỗi đó không phải ở con, vì me không cho con hay. Việc của con mà thầy me coi là như không có ở nhà này.

Bà Hai vẻ mặt hầm hầm:
— À, ra bây giờ cô lại mắng cả tôi. Phải tôi tự tiện, nhưng cô phải biết, vì lẽ gì tôi mới tự tiện chứ. À ra mất tiền cho cô ăn học, để cô văn minh, cô về cãi cả bố mẹ. ....

Ông Hai nghiêm nghị nhìn con rồi bảo:
— Việc ấy thầy me đã định rồi và sẽ lo liệu thu xếp cho cô, cô không phải bàn. Cái thói ở đâu, hễ mẹ nói câu gì là cứ mồm một mồm hai cãi giả lại xa xả. Văn minh vừa vừa chứ, người ta mới chịu nổi.

Loan cúi đầu ngẫm nghĩ một lát rồi nàng nói giọng quả quyết:
— Thưa thầy me, thầy me cho con đi học, thầy me không thể cư xử với con như con vô học được nữa. Không phải con kiêu ngạo gì, đó chỉ là một sự dĩ nhiên. Lỗi ấy không phải ở con. Phân bày trái phải với bố mẹ không phải là bất hiếu như ý con tưởng.

Thấy mẹ ứa nước mắt khóc, Loan quay lại nói riêng với bà Hai:
— Thưa me con xin lỗi đã làm me phải phiền lòng. Nhưng còn hơn là để me buồn khổ mãi mãi.
Nếu con không cấp sách đi học, con sẽ cho lời me là một cái lệnh không thể trái được, con sẽ như mọi người khác bị ép uổng, rồi liều mình tự tử. Đó mới là bất hiếu. Chứ nói rõ để me biết chỉ làm phiền lòng me chốc lát mà thôi. Thầy me giận con, vì thầy me không thể tưởng được rằng làm phận con gái dám cả gan trái lời bố mẹ. Con, con cho thế mới là phải đạo.

Ngừng một lát, Loan nói tiếp:
— Vâng, con nhận rằng con mới quá, nhưng con đã đi học, không thể không cư xử theo sự học của con được. Bây giờ thì tùy quyền thầy me.

Ông Hai, bà Hai tuy thấy con nói có lý, nhưng không khỏi kinh ngạc, lo sợ.

Ông bà mang máng thấy con mình xa cách hẳn mình, thành một người ở xã hội khác hẳn cái xã hội Việt Nam bình thường... Ông Hai, bà Hai thuộc về hạng trung lưu, vốn sinh nhai về nghề buôn chiếu, chỉ biết sống theo những tục lệ cũ của ông cha để lại, không hề để ý đến rằng ở trong xã hội hiện có một sự thay đổi to tát. Từ ngày cho con gái đi học, ông bà mới dần dần tiếp xúc với sự thay đổi đó. Đến nay, trước một sự việc quan trọng, ông bà cảm thấy rõ và lo sợ mà nhận ra rằng con mình không cùng một quan niệm về cuộc đời như mình nữa, cách biệt mình xa lắm.

Từ vựng

me	mother (From French *mère*)
vẻ mặt hầm hầm	an angry look on her face
Dễ thường cô tưởng chuyện chơi sao?	Do you think it's a laughing matter?
ung dung từ tốn	calmly and courteously
Ra cô không coi lời hứa của tôi vào đâu cả?	So, you couldn't care less about my promise (I made to them)?
Me nhận lễ của người ta.	You have been accepting their gifts.
Phải, tôi tự tiện ...	Sure, I took the liberty ...
Mất tiền cho cô ăn học, để cô văn minh, cô về cãi cả bố mẹ.	We spend money to send you to school, you become modern, you come home to argue with your parents even.
Cái thói ở đâu, hễ mẹ nói câu gì là cứ mồm một mồm hai cãi giả lại xa xả	What kind of behavior is this? Whatever mom says, you go on and on arguing.
Văn minh vừa vừa chứ, người ta mới chịu nổi.	Don't act too modern, otherwise people won't be able to stand you.
phân bày trái phải	to distinguish right from wrong
Bị ép uổng, rồi liều mình tự tử	She was forced into marriage, then she heedlessly kills herself.
vốn sinh nhai về nghề buôn chiếu	to make a living by selling sedge mats (used to spread on wooden beds)
kiêu ngạo; bất hiếu	to be arrogant; to be unfilial
những tục lệ cũ của ông cha để lại	inherited old customs

Câu hỏi

1. Loan dùng những lý lẽ nào (which arguments) để bảo mẹ nàng không bắt nàng phải lấy Thân?

2. Ông bà Hai có những nỗi lo lắng nào?

3. Xin bạn tóm tắt lại đoạn truyện trên.

PHẦN 3
VĂN HỌC HIỆN ĐẠI

Below are passages taken from Nhật Tiến's short story *"Hai lần từ biệt cha già"* ("Twice Farewell to My Father") written in September 1981 in Santa Ana, California. The passages selected and put together focus on the story of a son (the author) forced to leave his elderly father twice, both times to seek freedom. The first time, the son left Hanoi to go to Saigon as part of the 1954 diaspora. The second time, well after the political events of 1975, he was briefly reunited with his father in Saigon before taking to sea. The moment when, almost a quarter of a century after the first parting, the 75-year-old father, still working as a warehouse keeper in a cooperative in the North, takes leave to go to the South to see his son for the last time, is the most touching part of the story.

For background of the story, a note is given here on the 1954 Geneva Convention: The 1954 Geneva Convention divided Vietnam between North and South at the 17th parallel, the North remaining communist and the South supporting an anti-communist regime. The Geneva accords provided for an exchange of prisoners, the free passage of people across the 17th parallel for 300 days, and general elections to be held in 1956 with the aim of reunifying the country. During the period of truce, a large number of anti-communists, including most of the northern Catholics, moved south, and a smaller number of southerners who supported the northern regime moved north. The general elections, however, never took place.

BÀI 1 Chuyện ngắn của Nhật Tiến: *Hai lần từ biệt cha già* (abbreviated)

Tôi rời Hà Nội di cư vào Nam năm 1954, năm tôi vừa tròn 18 tuổi. Tôi đi Nam vì máu giang hồ của tuổi trẻ. Ngày từ giã cha tôi để ra xe, tôi cười nói khơi khơi:
– Con chỉ đi hai năm rồi về.

Tôi đã tin ở Hiệp định Genève. Tôi tin ở cuộc bầu cử thống nhất đất nước. Đất nước thống nhất rồi, chuyện thực hành một chuyến viễn du Sàigòn – Hà Nội hay ngược lại chỉ là vấn đề có phương tiện và thời gian. Hình như cha tôi cũng nghĩ như thế.

Nhưng tôi không ngờ chuyến từ biệt đơn giản ấy lại là một cuộc chia xa kéo dài gần một phần tư thế kỷ. Ba mươi tháng tư năm bảy lăm, tôi không chạy kịp theo làn sóng di tản ra nước ngoài. Đánh đổi lại, tôi đã may mắn có được một cuộc trùng phùng.

Theo lời hứa từ hơn hai mươi năm trước, đáng lẽ tôi sẽ phải là kẻ xách khăn gói trở về, và cha tôi sẽ mở rộng vòng tay đón tôi từ ngoài ngõ. Nhưng ngược lại, người với bảy mươi tư tuổi đời trên đôi vai còm cõi, mái tóc bạc trắng, thân hình gầy guộc, đã lặn lội 1.600 cây số xuôi Nam trên chiếc xe đò cũ nát, chật chội, chen lấn suốt ba ngày hai đêm để được gặp lại con trai tại bến xe Ngã Sáu Sàigòn.

Với những nỗi vui mừng của cuộc đoàn tụ cha con sau gần một phần tư thế kỷ, tôi quên hết đời sống chung quanh, quên hết những cơn điên loạn đang gậm nhấm tâm hồn của một kẻ đã mất nước, mất cả dĩ vãng của mình để chỉ ôn lại với cha già những kỷ niệm hồi thơ ấu, lên sáu tuổi chạy bom Đồng Minh, mười một tuổi tản cư chạy bom Pháp, và cuộc chiến Quốc Cộng kéo dài trong mịt mù khói lửa ở cả hai miền Nam Bắc. Tôi thấm thía nỗi chịu đựng của cha tôi trong suốt tiến trình khổ ải ấy.

Giữa năm 1979, trong một thư gửi ra thăm hỏi, tôi ám chỉ việc xin phép cụ cho tôi ra đi. Lý do, tôi không cần trình bày thì cụ đã biết, đã thông cảm. Như một con cá quen với đại dương bao la, tôi không thể sống trong những ao tù chật hẹp. Một lần nữa, tôi lập lại một hoàn cảnh giống y như hai mươi lăm năm về trước: từ biệt cụ thân sinh để lại ra đi. Điều mà tôi không ngờ tới là dù tuổi già sức yếu, biết được ý định của tôi, ông cụ đã lặn lội 1.600 cây số xuôi Nam để nhìn thấy con một lần cuối. Tình máu mủ ruột thịt quả đem lại cho con người những sức mạnh phi thường.

Lần này tôi dẫn cha tôi ra tận Vũng Tàu, leo lên đỉnh cao, chỉ cho cha tôi nhìn xuống biển bao la phía dưới.
— Con sẽ ra khơi ở chỗ đó. Trên một con thuyền nhỏ như con thuyền dưới kia.

Tôi chợt nhớ lại, cách đây hai mươi lăm năm, tôi đã nói với cha tôi về một chuyến xe ca mà tôi sẽ rời Hà Nội để đi Hải phòng xuôi Nam. Nhưng so với thời kỳ đó, tâm tư của tôi chĩu nặng hơn nhiều. Tôi đã mất nước, tôi sắp mất vĩnh viễn cha già tuổi đã gần tám mươi.

Note: Only words or groups of words essential to the general understanding of the story are given here.

Từ vựng

máu giang hồ của tuổi trẻ	the adventurous spirit of youth
từ giã / từ biệt	to bid farewell
cuộc bầu cử thống nhất đất nước	elections to reunify the country
theo làn sóng di tản	the exodus wave
đánh đổi lại; ngược lại	in exchange; on the contrary
cuộc chia xa; cuộc trùng phùng / đoàn tụ	separation; reunion
lời hứa	the promise
đáng lẽ tôi phải là kẻ xách khăn gói trở về.	I should have been the one to pack up and go back.
mở rộng vòng tay đón tôi	he would be welcoming me with open arms
bảy mươi tư tuổi đời trên đôi vai còm cõi	his 74 years of age weighing on his fragile shoulders
cơn điên loạn gậm nhấm tâm hồn	the rage that was destroying my soul
dĩ vãng	the past
... để chỉ ôn lại kỷ niệm thời thơ ấu	... only to reminisce about his childhood
chạy bom Đồng Minh	to run away from the bombing of the Allied forces
tản cư	evacuation
cuộc chiến Quốc cộng	the war between the South and the North
Tôi thấm thía nỗi chịu đựng của cha tôi trong suốt tiến trình khổ ải ấy.	I felt deeply for my father's endurance through all those ordeals.
ám chỉ	to hint at
đại dương bao la; ao tù chật hẹp	immense ocean; stagnant pond
Cụ thân sinh lặn lội 1.600 cây số xuôi Nam	My father had travelled a distance of 1600km to go South
Tình máu mủ ruột thịt đem lại cho con người những sức mạnh phi thường.	Blood ties give people extraordinary strengths.
ra khơi	to take to sea
so với thời kỳ đó	compared with the other time
Tâm tư của tôi chịu nặng hơn nhiều	A greater sadness was weighing on me
mất vĩnh viễn	to lose forever

Tóm tắt

Tìm trong bài những thông tin để điền vào ô trống.

Viết những gì ông cụ thân sinh của tác giả đã trải qua hay đã làm vào những giai đoạn này:	Viết những gì tác giả đã làm hay không làm được vào những giai đoạn này:
lúc 6 tuổi:	
lúc 11 tuổi:	
1945-1975:	1954:
1954:	1954-75:
	1975:
1979:	1979:

BÀI 2   Chuyện ngắn của Nguyễn Ngọc Ngạn: *Thầy Thanh*

This passage, taken from *Thầy Thanh* , tells about a little schoolboy and his minor misadventure at school.

Note: A number of Catholics who left the North in 1954 were put up upon their arrival in the South in camps hurriedly set up by the authorities. This particular camp was about 20 km away from Saigon. The settlers soon built their own church and school.

Chín tuổi, tôi theo gia đình vào Nam, trú ngụ tại vùng nông thôn cách Sài Gòn khoảng hơn hai chục cây số về hướng Tây Ninh. Đó là một trại định cư mà Chính phủ vừa thiết lập vội vã, với hơn ba ngàn người đa số theo đạo Thiên Chúa, sống quây quần quanh một ngôi giáo đường. Bên hông nhà thờ là dãy trường học, ngăn làm sáu phòng dành cho sáu lớp.

Hai năm chạy loạn ở đất Bắc, việc học của tôi liên tiếp bị ngắt quãng, nhưng có lẽ vì thấy tôi đã lớn tuổi, cha mẹ tôi đẩy tôi vào học lớp nhất, tức là trình độ tột đỉnh của trường làng mà tôi cực kỳ hãnh diện. Dưới mắt tôi lúc ấy, thầy giáo Thanh dạy lớp nhất là một hình ảnh thần tượng vĩ đại.

Sức học của tôi rất kém, nhất là môn luận văn. Cứ đến giờ luận văn là lúc tôi hết sức khổ tâm. Bài làm tại lớp hay mang về nhà, chẳng bao giờ tôi đủ điểm trung bình.

Một hôm thầy tôi đề ra: "Tả một con chó", tôi viết rất thành thật rằng:

"Con chó nhà tôi có một cái đầu, bốn cái chân và một cái đuôi".

Thầy Thanh đem bài tôi ra đọc cho cả lớp nghe và lớn tiếng mắng:
– Chó nhà mày có đầu, có bốn chân, chó nhà người khác không có hay sao?

Tôi biết thầy giận lắm vì lần đầu tiên thầy gọi tôi bằng mày. Mặt thầy đỏ gay, giọng nói run run và mồ hôi lấm tấm trên trán.
– Tả một người hay một con vật, phải nói lên được đặc điểm của người đó hay vật đó.

Câu này thầy đã căn dặn hàng chục lần rồi, nhưng tôi đâu có biết thế nào là đặc điểm. Con bé Phượng trưởng lớp ngồi đầu bàn bên kia, liếc mắt nhìn tôi thương hại. Thầy Thanh đem bài luận của nó đọc cho cả lớp nghe và khuyên chúng tôi nên bắt chước nó:

"Nhà tôi có nuôi một con chó. Con chó khôn lắm. Nó biết giữ nhà, đuổi gà, ban đêm canh cửa. Ích lợi như thế mà nuôi nó chỉ tốn cơm thừa canh cặn mà thôi".

Đó là nhập đề con bé Phượng viết ra. Tôi chẳng hiểu nó hay ở chỗ nào nhưng thầy đã khen thì tôi chăm chú lắng nghe và học thuộc lòng. Rồi thầy ra đề cho chúng tôi mang về nhà làm : "Hãy tả ông nội của em". Tôi lấy nguyên phần bài của con Phượng mà chép vào, chỉ đổi một hai chữ:

"Nhà tôi có nuôi một ông nội. Ông nội tôi khôn lắm. Ông biết giữ nhà, đuổi gà, ban đêm canh cửa. Nuôi ông chỉ tốn cơm thừa canh cặn mà thôi".

Hai hôm sau, chấm điểm xong, thầy trả tập cho cả lớp, chỉ giữ lại cuốn của tôi. Tôi mừng lắm, đoán chắc lần này tôi làm bài khá xứng đáng để thầy đọc cho cả lớp nghe.

Từ vựng

hai năm chạy loạn	two years of running away from the war
Việc học của tôi liên tiếp bị ngắt quãng.	My schooling was constantly interrupted.
trình độ tột đỉnh	the highest level, grade
mà tôi cực kỳ hãnh diện	of which I was extremely proud
một hình ảnh thần tượng vĩ đại	a greatly admired figure
sức học; môn luận văn	school performance; composition
hết sức khổ tâm	I was extremely distressed
điểm trung bình; chấm điểm	passing grade, average mark; to mark
Thầy tôi đề ra ...	My teacher gave us a topic ...
Tôi viết rất thành thật rằng ...	I wrote very truthfully that ...
cái đuôi; con vật	the tail; an animal
lớn tiếng mắng	raised his voice and scolded me
mày	you (derogatory)
giọng nói run run	his voice was trembling
Mồ hôi lấm tấm trên trán.	Sweat was appearing on his forehead
đặc điểm	characteristics
Thầy đã căn dặn hàng chục lần rồi.	This, our teacher has told us over and over again.
liếc mắt nhìn tôi thương hại	she glanced at me and felt sorry for me
khuyên; bắt chước	to advise; to imitate
đuổi gà; giữ nhà canh cửa	to chase after the chickens; to guard the house
ích lợi	to be useful
tốn cơm thừa canh cặn mà thôi	all that it cost us was scraps of food
nhập đề	introduction
học thuộc lòng	to learn by heart
lấy nguyên phần bài mà chép vào	I took the whole section and copied it
làm bài khá xứng đáng	I wrote a fairly good composition

Bài nói

Xin kể lại câu truyện này.

BÀI 3

Đoạn trích của Bảo Ninh: *Nỗi buồn chiến tranh (Sorrows of war)*

Cứ mỗi lần nghĩ lại tuổi thơ, nhớ đến cha, bao giờ Kiên cũng cảm thấy ân hận, dường như anh đã yêu thương, tôn kính cha chưa đủ mức một người con, anh đã biết quá ít, hầu như không biết gì cả những năm tháng cuộc đời cha. Anh đã chẳng nhớ gì mấy về tấn bi kịch gia đình, không biết vì sao cha mẹ lại chia tay, không biết rằng cha mẹ đã đau khổ như thế nào. Về mẹ thì anh càng ít hơn... Và lạ lùng là anh rất nhớ người chồng sau của mẹ, một nhà thơ tiền chiến đã ẩn danh và đã về già. Kiên đã một lần và một lần duy nhất đến thăm ông ở ngôi nhà nhỏ.

Mùa đông ấy anh vừa mười bảy tuổi, cha thì mới qua đời, mẹ thì mất từ mấy năm trước đấy, hơn năm năm rồi. Trước ngày nhập ngũ, Kiên đến để từ biệt dượng. Ấn tượng thật khó quên. Ngôi nhà xám xịt, cũ kỹ. ... Bàn thờ bụi bặm, tấm hình mẹ lồng trong khung kính rạn nứt. Bàn làm việc bừa bộn sách vở ly chén. Nhưng bản thân dượng cố giữ một phong độ trái ngược với tình cảnh. Tóc bạc trắng, lưng hơi còng, tay run run, mắt mờ và ông cư xử với anh một cách thân mật, hào hứng mà lịch thiệp. Ông pha trà ngon mời anh, đưa thuốc cho anh hút, nhìn anh với vẻ buồn buồn, và nói với anh với anh bằng giọng hết sức dịu dàng:

— Thế có nghĩa là con sẽ ra đi đánh trận. Không phải là ta muốn cản con đâu, ta đã già mà con thì còn trẻ, ngăn chí con làm sao nổi, chỉ muốn con thật thấu hiểu lòng mình. Nghĩa vụ của một con người trước Trời Đất là sống chứ không phải là hy sinh nó, là nếm trải sự đời một cách đủ ngành ngọn chứ không phải là chối bỏ... Không phải là ta khuyên con trọng mạng sống hơn cả nhưng mong con hãy cảnh giác với tất cả những sự thúc giục con người lấy cái chết để chứng tỏ một cái gì đấy. Với lại, con ạ, mẹ con, cha con và cả ta nữa chỉ có mình con ở lại trên đời nên ta mong con hãy sống và hãy trở về. Cuộc đời còn rất dài với bao nhiêu hạnh phúc và lạc thú phải hưởng của con kia, có ai sống hộ cho con được bây giờ.

Ngạc nhiên và không đồng tình nhưng Kiên cảm thấy tin cậy những lời lẽ của dượng. Anh cảm nhận ở ông một trí tuệ sâu sắc, đa dạng với một tâm hồn lãng mạn và nhiệt thành theo lối tình cảm chủ nghĩa thời xưa, mơ mộng ngọt ngào, giàu nhạy cảm nhưng dường rất ngây thơ, thiếu thiết thực và vô bổ, thậm chí lầm lạc. Và bất chợt anh hiểu được rằng vì sao mẹ đã từ bỏ cha con anh để đến với người đàn ông tâm tình yếu đuối này.

Từ vựng

tuổi thơ	childhood
ân hận	to feel guilty
tôn kính cha chưa đủ mức một người con	he respected his father but not with all his capacity as a son
tấn bi kịch gia đình	family drama
một nhà thơ tiền chiến đã ẩn danh	a poet who wrote pre-war poetry and who lived in anonymity
qua đời, mất	to pass away
trước ngày nhập ngũ	before the day he joined the army
dượng	step-father
ấn tượng thật khó quên	(the visit left) a truly unforgettable impression
bàn thờ bụi bặm	the altar was covered with dust
Tấm hình mẹ lồng trong khung kính rạn nứt	His mother's photo was in a frame that was cracked
Bản thân dượng cố giữ một phong độ trái ngược với tình cảnh.	The step-father himself tried to keep his composure despite the situation he was in
hào hứng; lịch thiệp; dịu dàng	to be enthusiastic; to be polite; to be gentle
đánh trận; cản	to go to war, to fight; to prevent
ngăn chí con làm sao nổi	I cannot dampen your spirit
chỉ muốn con thấu hiểu lòng mình	I only want you to search your heart
nghĩa vụ; hy sinh	duty; to sacrifice
nếm trải; chối bỏ	to taste and experience; to deny
nếm trải sự đời một cách đủ ngành ngọn	to enjoy and experience the taste of life in all its richness
trọng mạng sống hơn cả	to respect life more than anything else
cảnh giác với tất cả những sự thúc giục con người lấy cái chết để chứng tỏ cái gì	to be aware of all the things that exhort a human being to die in order to prove something
Cuộc đời còn rất dài với bao nhiêu hạnh phúc và lạc thú phải hưởng của con	Life lies ahead of you with the happiness and the many pleasures you have yet to experience
Có ai sống hộ cho con được.	No one can live your life for you
không đồng tình	not to share the same feelings
Anh cảm nhận ở ông trí tuệ sâu sắc, đa dạng	He noticed in his step-father a sharp and rich mind.
tâm hồn lãng mạn và nhiệt thành	a romantic and enthusiastic soul

lối tình cảm chủ nghĩa thời xưa	a romantism of the old days
mơ mộng ngọt ngào, giàu nhạy cảm dường rất ngây thơ	full of sweet dreams, full of sensitivity and yet very innocent
thiếu thiết thực và vô bổ, thậm chí lầm lạc	unrealistic, useless, even wrong
bất chợt	suddenly
từ bỏ	to abandon
để đến với người đàn ông tâm tình yếu đuối này	to go and live with such a sentimental and soft-hearted man

Câu hỏi

1. Kiên có nhớ gì về bố mẹ của mình không? Họ mất lúc Kiên bao nhiêu tuổi?

2. Có chuyện gì xảy ra mà Kiên gọi là tấn bi kịch gia đình?

3. Ông dượng của Kiên trước kia làm gì? Nhà ông dượng như thế nào?

4. Bạn đọc lại đoạn này:

"Nghĩa vụ của một con người trước Trời Đất là sống chứ không phải là h y sinh nó, là nếm trải sự đời một cách đủ ngành ngọn chứ không phải là chối bỏ... Không phải là ta khuyên con trọng mạng sống hơn cả nhưng mong con hãy cảnh giác với tất cả những sự thúc giục con người lấy cái chết để chứng tỏ một cái gì đấy. ... Cuộc đời còn rất dài với bao nhiêu hạnh phúc và lạc thú phải hưởng của con kia, có ai sống hộ cho con được bây giờ".

   a. Theo ông dượng, nhiệm vụ của con người trước hết là gì?

   b. Triết lý đời sống (philosophy of life) của ông dượng là gì?

   c. Theo bạn hiểu, "những thúc giục" có thể là gì?

5. Tại sao Kiên cho ông dượng là một người yếu đuối?

Khi vui non nước cũng vui
Khi buồn sáo thổi kèn đôi cũng buồn

When one feels merry, the world is merry .
When one is sad, even flutes and trumpets sound sad.

Note: None of the vocabulary in this topic is included in the Glossary.

APPENDIX

PHẦN GIẢI ĐÁP

ANSWER SECTION

APPENDIX

PHẦN GIẢI ĐÁP — ANSWER SECTION

The Answer appendix includes answers for vocabulary connecting exercises, fill-in-the-blank exercises, comprehension exercises, and exercises on structures.

CHỦ ĐỀ 1

BÀI 2

Ngữ pháp

1. A UNESCO đã xếp hạng Huế vào danh mục di sản văn hoá nhân loại.

    B Huế đã được UNESCO xếp hạng vào danh mục di sản văn hoá nhân loại.

    A. Ủy ban di sản thế giới đã ghi tên quần thể di tích Huế vào danh mục di sản thế giới

    B Quần thể di tích Huế đã được Ủy ban di sản thế giới ghi tên vào danh mục di sản thế giới

    B Huế đã được UNESCO giúp đỡ khá nhiều về tài chính.

    A UNESCO đã giúp đỡ Huế khá nhiều về tài chính.

    C Quần thể di tích văn hoá lịch sử cố đô Huế nổi tiếng đã được công nhận trong Danh mục di sản thế giới của UNESCO.

Từ vựng

1. a. UNESCO đã *công nhận* cố đô Huế trong danh mục *di sản thế giới*.

    b. UNESCO đã *giúp đỡ* về *tài chính* và các *chuyên gia* trong việc trùng tu.

    c. *Cố đô* Huế đã trở thành di tích *văn hoá lịch sử*.

    d. Một nơi được *ghi tên* vào danh mục di sản thế giới là vì nơi ấy có *giá trị toàn cầu đặc biệt*.

    e. Vịnh Hạ Long được xếp vào danh mục *di tích thiên nhiên*.

2. a. Tên tiếng Việt của UNESCO là *Tổ chức Văn hoá, Khoa học và Giáo dục Liên Hiệp Quốc.*

    b. United Nations tiếng Việt là *Liên Hiệp Quốc.*

    c. Ngày 11 – 12 – 1993 là ngày Cố đô Huế *được ghi tên vào danh mục di sản thế giới.*

    d. Ông Federico Mayor là *Tổng giám đốc của UNESCO năm 1993.*

    e. Từ cùng nghĩa với di sản là *tài sản.*

BÀI 3

Hiểu bài đọc

1. Du khách thường không đi du lịch vào mùa đông.   Đ
2. Du lịch trái mùa nhằm giải quyết vấn đề thiếu chỗ ở cho du khách   KC
3. Miền Bắc nên áp dụng du lịch trái mùa vì có nhiều lễ hội vào mùa đông.   Đ
4. Sau vụ gặt mùa, người dân mệt, họ nghỉ ngơi.   KC
5. Trong những lễ hội ở Đồ Sơn, hội chọi trâu nổi bật nhất.   Đ
6. Lễ hội thường kéo dài một hai ngày thôi.   S
7. Miền Nam không cần khai thác du lịch trái mùa vì không có bốn mùa như miền Bắc.   KC
8. Ngoài Bắc vì trời rét, Việt kiều không về ăn Tết đông đảo.   S

BÀI 4

Bài tập với từ vựng mới

1   Người Việt trí thức, có tài được gọi là *chất xám* của đất nước.

2   Không những có nhiều người về Việt Nam du lịch mà còn có nhiều người về để *đầu tư*.

3   Trong mọi công việc, *bước đầu* rất khó, nhưng sau thì dễ.

4   Việc gửi tiền về để giúp *thân nhân* đã *đóng góp* vào số ngoại tệ.

5   *Chính sách* cởi mở đã *thu hút* số lượng đông đảo người Việt về thăm quê hương *kết hợp* thăm gia đình.

6   Chính sách đối với Việt kiều được *triển khai* nhằm cải thiện nền kinh tế.

7   Số ngoại tệ từ Mỹ được gửi qua *hệ thống* ngân hàng.

8.   Theo *quy định* của Nhà nước, những Việt kiều ra đi vì lý do chính trị có thể về Việt Nam dễ dàng.

Ngữ pháp

1. Chia câu

Việc mở rộng / cấp thị thực nhập cảnh / cho Việt kiều / về thăm quê hương / được coi là bước đầu / để triển khai / các chính sách / đối với Việt kiều / như thu hút đầu tư / huy động vốn / đóng góp chất xám.

2. Chủ từ

<u>Liên ngành du lịch, ngoại giao, nội vụ, ban Việt kiều trung ương</u> đã chính thức *công bố* các quy định cụ thể *cho phép* người Việt Nam *định cư* ở nước ngoài, *ra đi* vì bất cứ lý do gì, đều được *về* Việt Nam du lịch kết hợp thăm gia đình.

Liên ngành ... trung ương: subject of *công bố*.
Các quy định cụ thể: subject of *cho phép*.
Người Việt Nam: subject of *định cư, ra đi, về*.

BÀI 6

Từ vựng mới

Đoạn 1 và 2

Museum of Anthropology	Viện Bảo tàng Nhân chủng học
idea, initiative	sáng kiến
Municipal council	Hội đồng thành phố
sponsorship	sự hỗ trợ
to open	khai mạc

Đoạn 3

artefacts	hiện vật	the struggle	cuộc đấu tranh
century	thế kỷ	to display	trưng bày
ceremonial objects	đồ vật cúng lễ	to conserve	lưu giữ
costumes	bộ trang phục	to reflect	phản ảnh
multiculturalism	nền văn hoá đa dạng	tools	khí cụ
musical instruments	nhạc cụ	working tools	dụng cụ lao động
race	giống nòi		

Đoạn 4

discovery	sự khám phá	seminar	buổi thuyết trình
peninsula	bán đảo	to attend	dự

CHỦ ĐỀ 2

BÀI 1

1. Nghĩa từ mới

1.	*chỉ thị* (noun)	d.	lời dặn, lời bảo (của người trên)
2.	*chiều hướng*	f.	(đi theo một) đường lối
3.	*trật tự*	e.	sự tổ chức đã có sẵn
4.	*trường phổ thông*	h.	tiểu học và trung học
5.	*đồng thời*	a.	cùng một lúc
6.	*vận động*	b.	đưa ra một chương trình để giáo dục người dân làm một việc gì
7.	*tuyên truyền*	j.	nói thế nào để cho mọi người nghe theo
8.	*tự nguyện*	i.	tự làm lấy một việc, không cần ai bảo
9.	*hạn chế*	k.	bớt, giảm xuống
10.	*tập tục*	c.	những gì đã làm từ lâu và đã quen rồi
11.	*bộ tư pháp*	g.	cơ quan chính phủ lo về bảo vệ luật

2. Bài tập với từ vựng mới

a.   Họ không cần ai *chỉ thị* đi công tác xa, họ sẽ *tự nguyện* xin đi.

b. Các trường học phải *vận động* cha mẹ không để con cái họ uống rượu, *đồng thời* cũng phải *tuyên truyền* sự nguy hiểm của tập tục ăn uống rượu chè.

c. Để giữ *trật tự* trong những nơi công cộng, người ta phải *hạn chế* việc bán và uống rượu.

d. Nền kinh tế phát triển nhanh, nạn nghèo đói có *chiều hướng* đi xuống.

BÀI 3

Từ vựng mới

1. Thường khi bị căng thẳng, tôi nghe nhạc để *thư giãn*.

2. Ở trường học, trẻ em nhỏ thường hay bị *áp lực* của những đứa lớn hơn chúng.

3. Em tôi rất *nhút nhát*. Nó rất sợ phải thảo luận trước lớp.

4. Với sự phát triển của khoa học, *nguy cơ tử vong* của những bệnh khó chữa đã giảm xuống nhiều.

5. Em tôi rất chịu khó *tập tành* thể thao.

6. Khi bạn thấy *thèm* thuốc lá, bạn hãy ăn kẹo cao su có chất nicotin.

BÀI 5

1. Nghĩa từ mới

1.	*đèo dốc*	f.	đường đi lên đi xuống
2.	*bị thương*	e.	không bị chết
3.	*thiệt hại*	d.	làm mất
4.	*xuống cấp*	h.	trở nên xấu
5.	*mức báo động*	a.	nguy hiểm, phải giải quyết ngay
6.	*nguyên nhân*	g.	lý do
7.	*mạng lưới*	c.	hệ thống
8.	*kiến nghị*	b.	quyết định

2. Từ mới

1. Đường đi lên miền Tây có nhiều *đèo dốc*.

2. Rất may, trong nạn lụt miền Trung vừa rồi, không có người chết, chỉ có người *bị thương*. Tuy nhiên nhà cửa bị tàn phá, *thiệt hại tài sản* tính đến hàng triệu.

3. *Nguyên nhân* của tai nạn giao thông này là do họ lái xe máy ngoằn ngoèo.

4. Nạn hút thuốc lá tăng đến *mức báo động* trong giới thanh niên.

Chia câu

1. Tình hình / tai nạn giao thông đường bộ / những năm gần đây / diễn ra nghiêm trọng / và có chiều hướng gia tăng.

2. Chất lượng / hệ thống đường bộ / đã xuống cấp / đến mức báo động / là một trong những nguyên nhân quan trọng / dẫn đến tình hình trên.

3.   Trong những kiến nghị / được các đại biểu đưa ra / có kiến nghị / về cải tạo /
      hệ thống đường sá / và tuyên truyền / luật lệ giao thông.

BÀI 6

1. Nghĩa từ mới

Lời mở đầu và bài báo 1, 2, 3

1.	công tác	d.	công việc của nhà nước hay một tổ chức
2.	đi đôi với	g.	chung, cùng với
3.	địa bàn	f.	khu vực
4.	giống nòi	i.	những thế hệ sau này
5.	hiệu quả	h.	kết quả của một sự việc nào đó
6.	ích lợi	c.	tốt, có lợi
7.	nội dung	j.	những điều trong một bài báo
8.	ổn định	e.	đứng một chỗ, không lên, không xuống
9.	phồn vinh	b.	giàu có
10.	tập trung	a.	cùng nhau nói về một sự việc

Bài báo 4, 5

11.	dân trí	n.	trình độ hiểu biết của người dân
12	đối tượng	k.	người (mà người ta đang nói đến)
13.	đồng thời	q.	cùng một lúc
14.	hạ	l.	làm cho ít đi, bớt đi
15.	kiện toàn	m.	làm cho mạnh hơn, đầy đủ hơn
16.	nhân tố	s.	một sự việc để đưa đến một kết quả nào đó
17.	nhận thức	r.	hiểu biết
18.	thuận tiện	p.	thích hợp
19.	tránh thai	o.	để không có con

2. Từ vựng mới

1.   Một khi dân số ổn định, xã hội sẽ trở nên *phồn thịnh.*
2.   Một trong những *nhân tố* của sự phát triển nền kinh tế là việc hạn chế sinh đẻ.
3.   Muốn đạt *hiệu quả*, phải *kiện toàn* chương trình nâng cao *dân trí.*
4.   Người dân phải *nhận thức* rằng gia đình đông con không đem lại *ích lợi* nào.
5.   Nhiều *đối tượng* dùng dụng cụ tránh thai muốn dụng cụ phải được an toàn.
6.   *Công tác* bảo vệ sức khỏe của mẹ lẫn con đi đôi với việc giảm tỷ lệ dân số.

BÀI 7

2. Nghĩa từ

1.	*Nhân* ngày Dân số	d.	vào dịp
2.	kết quả *phấn khởi*	f.	vui, tốt

3. *lãnh đạo các cấp*   e. những người đứng đầu của một tổ chức, một đảng, có trách nhiệm khác nhau

4. *khẳng định* kết quả   h. nhận là đúng, là có

5. ngân sách   j. tổng số tiền mà nhà nước hay một tổ chức có để chi tiêu cho những việc cần thiết

6 tính *nhảy vọt*   g. nhảy cao và xa

7. mức ngân sách *chi* cho công tác   i. số tiền số tiền đã định để dùng vào một công việc

8 80 triệu *rót* cho Việt Nam   a. cung cấp

9. một *yếu tố* quan trọng   c. nhân tố

10. *góp phần*   b. đóng góp

3. Từ vựng mới

1. Các nhà <u>lãnh đạo</u> rất <u>phấn khởi</u> về sự <u>hình thành</u> của phong trào kế hoạch hoá gia đình..

2. Nâng cao dân trí là một <u>yếu tố</u> quan trọng trong việc giảm số dân.

3. Chương trình viện trợ cũng đã <u>góp phần</u> vào thành tích đáng kể này.

4. Vì anh ấy không chắc có buổi thuyết trình vào ngày thứ năm, tôi <u>khẳng định</u> lại với anh ấy ngày giờ.

5. Nền kinh tế Việt Nam đang trải qua một <u>sự chuyển biến</u> đáng ghi nhận.

6 Chính phủ vừa mới công bố <u>mức ngân sách</u> chi cho giáo dục trong năm nay.

Chia câu

1. Phân tích / sự hình thành / những kết quả phấn khởi trên đây / có người cho rằng do lãnh đạo các cấp / đã có sự chuyển biến nhận thức / khá mạnh mẽ.

2. Cũng có người / khẳng định / kết quả đạt được / là do sự gia tăng / có tính nhảy vọt / của mức ngân sách nhà nước / chi cho công tác Dân số / và Kế hoạch hóa gia đình

CHỦ ĐỀ 3

BÀI 1

2a. Người <u>nông dân</u> ở <u>nông thôn</u> sống về <u>nông nghiệp</u>.
   Việt Nam xuất khẩu <u>nông sản</u> chẳng hạn như gạo, cà phê, vân vân ...

2b.

waste	<u>chất thải</u>
domestic waste	<u>chất thải</u> sinh hoạt
industrial waste	<u>chất thải</u> công nghiệp
dumping ground	<u>túi đựng</u> chất thải
to be in a serious situation	<u>trong tình trạng nặng nề</u>
chemicals	<u>hoá chất</u>
the effect	<u>tác động</u>

high concentration of waste	tập trung với mật độ cao chất thải
the urbanization process	quá trình đô thị hoá
to provoke, give rise to	gây
to occupy	chiếm
to transform	biến thành
total surface area	tổng diện tích

3. Từ vựng

1. Sản xuất nông nghiệp và công nghiệp có *tác động* xấu đối với môi trường.

2. *Tình trạng* kinh tế các gia đình nông dân sẽ khó khăn nếu vùng nông thôn biến thành *túi đựng chất thải*.

3. Bình thường hoá quan hệ ngoại giao giữa Việt Nam và Mỹ cho thấy đó là một *quá trình* khá phức tạp và lâu dài.

4. *Chất thải sinh hoạt* là do việc sinh sống, nấu nướng, ăn uống hằng ngày tạo ra.

5. *Tổng diện tích* của Singapo là 633km vuông, số dân là hơn 3 triệu. Như thế thì *mật độ* dân số từng km² rất cao.

6. Trong việc trồng cây, trồng rau, người ta dùng rất nhiều *hoá chất*.

7. Chất thải *gây* nhiều thiệt hại đến môi trường.

BÀI 4

Từ vựng mới

Đoạn 1

construction project	dự án xây dựng
forests	lâm viên
new forest	rừng non
oxygen	hơi thở
sign posts	bảng hiệu
to be called	được mệnh danh
to have a relaxing time	tiêu khiển
to rely on	trông nhờ vào

Đoạn 2

enclave of inhabitants	cụm dân cư
infrastructures	cơ sở hạ tầng
heavy rain	mưa lũ
to flow	chảy xuôi
landslide	sụt lở
lower river	hạ lưu
upper river	thượng lưu
waste	chất thải
sewerage	hệ thống thoát nước

Đoạn 3 và 4

main program	chương trình trọng điểm
overall project	quy hoạch tổng thể
propaganda	tuyên truyền
the movement	phong trào
mass information	thông tin đại chúng
to promote	phát động
to provide water	cấp nước

Đoạn 5

be absolutely necessary	nhất thiết
in the short term	trước mắt
to confront	đối đầu

1. Chia câu

a.   Vì vậy / hiện nay / nhân dân thành phố / chỉ còn trông nhờ vào hơi thở / của khoảng 3, 4 ngàn héc ta rừng "non" / ở huyện Cần Giờ / được mệnh danh trên các bảng hiệu ở đây / là " lá phổi thành phố".

b.   Thành phố Hồ Chí Minh / còn phải đối đầu / với hàng loạt vấn đề môi trường. Song dù tốn kém / cũng nhất thiết / phải tiến hành / những dự án lớn / nhằm giữ lại / hệ sinh thái trong lành / cho một trung tâm công nghiệp / văn hoá –xã hội lớn nhất nước ta.

CHỦ ĐỀ 4
BÀI 1

Từ vựng

1.   Nhờ có *quyền sở hữu trí thức* mà các nhà trí thức, các nhà nghiên cứu có thể bảo vệ các công việc nghiên cứu của họ.

2.   Các nhà chế tạo máy móc luôn luôn phải đưa ra *sáng kiến* mới lạ để thu hút người tiêu dùng.

3.   Thế giới *hoan nghênh* chính sách mở cửa của Việt Nam.

4.   Món hàng này đắt là vì Hải quan đánh *thuế* rất cao.

5.   ASEAN *kết nạp* Việt Nam là *thành viên* mới của tổ chức.

6.   Trong buổi họp, tất cả mọi người *nhất trí* hoan nghênh sáng kiến đề nghị giảm thuế cho người nông dân.

Chia câu

1.   Trong hai ngày 3 và 4 tháng năm / tại Xingapo / đã diễn ra / hội nghị các quan chức của ASEAN và Liên minh châu Âu / thảo luận về mở rộng quan hệ chính trị / kinh tế / và chuẩn bị / cho Hội nghị Thượng đỉnh của hai tổ chức / sẽ diễn ra tại Thái Lan.

2.   Các bộ trưởng kinh tế / các nước thành viên ASEAN / đã nhất trí / về kế
      hoạch / bảo vệ quyền sở hữu trí thức / cắt giảm thuế nông sản / và tự do hoá
      buôn bán dịch vụ trong khu vực.

BÀI 3

2. Từ vựng

a.   Nước Mỹ và nước Úc chẳng hạn là hai nước *đa văn hoá*. Cả hai nước có một
      nền văn hoá *đa dạng*

b.   Quan hệ ngoại giao của nước ta với các nước trong khu vực rất tốt. Chúng ta
      cũng cần *đa phương hoá* chính sách đối ngoại để thiết lập quan hệ ngoại với
      các nước khác trên thế giới.

c.   Để tăng xuất khẩu, chúng ta nên *đa dạng hoá* mặt hàng.

d.   Theo chế độ *đa đảng*, nhiều đảng có thể tham gia chính quyền và hoạt động
      chính trị.

3. Nghĩa từ mới

1.	trao đổi	1b.	buổi nói chuyện để cho biết ý kiến của nhau
	xác định	1a.	cho biết rõ
	gắn chặt	1c.	cho đi đôi với nhau
2.	thắng lợi	2b.	kết quả tốt
	bao vây	2a.	làm cho một nước không có quan hệ ngoại giao, kinh tế với những nước khác
	đánh dấu	2c.	làm nổi bật
	thất bại	2d.	không thành công
3.	cô lập	3b.	không có quan hệ với ai
	thập kỷ	3c.	từng mười năm
	hoàn chỉnh	3a.	làm cho đầy đủ
	thời điểm	3d.	điểm trong thời gian
4.	sôi động	4d.	rất bận rộn
	thỏa thuận	4a.	sự đồng ý với nhau
	cam kết	4c.	làm đúng những gì đã hứa
	lĩnh vực	4b.	ngành hoạt động
5.	củng cố	5a.	làm cho mạnh lên
	phát huy	5d.	tiếp tục
	vị trí	5b.	chỗ đứng dành riêng cho mình
	hội nhập	5c.	tham gia

6. *triển vọng*　　6a.　khả năng

　diễn đàn　　6b.　nơi có nhiều người phát biểu ý kiến

4. Từ vựng mới

1. Trong buổi họp, chúng tôi *trao đổi* ý kiến về việc tăng cường hợp tác khoa học kỹ thuật giữa hai nước.

2. Chúng tôi *xác định* ngày và giờ của cuộc trao đổi giữa Thủ tướng và Bộ trưởng ngoại giao.

3. Để *gắn chặt* quan hệ ngoại giao, Thủ tướng nước ta được mời sang thăm nước bạn.

4. Việc Việt Nam gia nhập ASEAN là một *thắng lợi* trong lịch sử ngoại giao Việt Nam.

5. Sau năm 1975, nước Mỹ đưa ra lệnh *bao vây* đối với Việt Nam.

6. Việt Nam, vì bị Mỹ *cô lập* nên không có quan hệ kinh tế với thế giới bên ngoài trong một thời gian khá lâu.

7. Việt Nam có *triển vọng* hội nhập nhiều tổ chức quốc tế khác.

8. Năm 1975 là một năm *sôi động* đối với nhiều người Việt.

9. Trước khi *thỏa thuận* về vấn đề này, chúng ta nên thảo luận.

10. Họ *cam kết* sẽ để tôi phát biểu ý kiến tự do khi lên *diễn đàn*.

CHỦ ĐỀ 5

BÀI 1

Ghép từ mới với ý nghĩa của nó

1. *đơn vị*　　　　　　1b.　tổ chức

　ngoài quốc doanh　1a.　không phải của Nhà nước

　trưng bày　　　　1d.　để cho người ta xem

　tiểu thủ công nghiệp　1e.　hàng làm bằng tay

　thủy sản　　　　1c.　những sản phẩm của biển

2. *lãnh thổ*　　　2a.　đất thuộc về một nước

　tiên tiến　　　2d　hiện đại, có chất lượng cao

　chế biến　　　2b.　làm cách nào để có thể dùng được

　thực phẩm　　2e.　thức ăn

　đối tác　　　2c.　tìm người để hợp tác với mình

BÀI 3

1. Nghĩa từ mới

1. *biểu thị*　　　k.　cho thấy, cho biết

2. *từ thiện*　　　f.　làm việc tốt giúp người nghèo

3. *cật lực*　　　g.　vất vả, mệt nhọc

4. *bộ phận*   b.   một nhóm
5. *phong phú*   l.   nhiều kiểu, nhiều màu
6. *thời trang*   c.   quần áo mới, hiện đại
7 *nhà tạo mẫu*   a.   người vẽ hay cắt các kiểu áo
8. *góc độ*   e.   chỗ đứng để nhìn và đánh giá
9. *trang phục*   d.   ăn mặc

2. Dùng từ mới

1. Các tổ chức *từ thiện* giúp trẻ em gia đình nghèo đi học.
2. Một *bộ phận* dân chúng vẫn phải làm ăn cật lực mà vẫn không có đủ ăn, đủ mặc.
3. Bạn đến Thành phố thì sẽ thấy rằng cách *trang phục* của mọi tầng lớp dân chúng *biểu thị* sự phát triển của nền kinh tế xã hội.
4. Nhìn từ một *góc độ*, có thể nói đời sống có nhiều chất lượng cao hơn trước.
5. Bạn muốn mua quần áo đẹp, bạn có thể đến hiệu *thời trang* mua hoặc nhờ một *nhà tạo mẫu* vẽ một kiểu áo đặc biệt riêng cho bạn.

Hiểu bài

1. Người Sàigòn có mức sống cao nhất Việt Nam.   Đ
2. Dân Sàigòn không những làm việc cật lực mà họ còn để ý nhiều đến chuyện ăn mặc mua sắm.   Đ
3. Chỉ có một số ít dân thành phố có đủ điều kiện ăn ngon mặc đẹp.   S
4. Cách trang phục của người Việt vẫn theo truyền thống.   S
5. Thời trang Việt Nam được biểu diễn tại vài nước châu Á.   Đ
6. Nhìn vào cách trang phục của người dân, người ta biết được tình hình kinh tế.   Đ
7. Phong trào từ thiện bây giờ không phải hoạt động nhiều vì kinh tế phát triển.   S

BÀI 4

1. Nghĩa từ vựng mới

Đoạn 1 và đoạn 2

1. *Kim ngạch*   c.   số tiền cho việc xuất nhập khẩu trong một thời kỳ nhất định
2. *tranh* mua bán   f.   cố gắng lấy cái tốt cho mình
3. Sự *cân đối*   e.   hai thứ bằng nhau
4. Mặt hàng bị *ứ động* d.   quá nhiều, không bán được
5. Bán *phá giá*   a.   bán với giá thật thấp
6. Làm *rối loạn* thị trường b.   làm mất trật tự

Đoạn 3 đến đoạn 5

7. Chính phủ *chủ trương*   h. quyết định về lối hành động
8   Chính phủ không *xóa thuế*   i. vẫn phải trả tiền hằng năm cho nhà nước
9. Chính phủ không *bù lỗ*   j. nhà nước sẽ không cho tiền nếu bị phá sản
10. Sẽ *khuyến khích* các đơn vị k. bảo cố gắng làm một việc gì
11. *Cạnh tranh*   g. đua với nhau

2. Dùng từ mới

1. *Cơn sốt* của một mặt hàng sẽ xảy ra nếu *cung và cầu* của mặt hàng đó bị mất *cân đối*.

2. Hàng này không có nhiều người tiêu thụ nên bị *ứ động* Công ty chúng tôi phải bán *phá giá*.

3. Tình hình kinh tế bị *rối loạn* vì công nhân luôn luôn đình công.

4. Chúng tôi *chủ trương* luôn luôn phải năng cao chất lượng mặt hàng để tránh *cạnh tranh* với các công ty khác.

5. Mỗi năm *kim ngạch* công ty chúng tôi hơn 1 triệu USD.

BÀI 5

2. Chia câu

1. Nếu như theo tiêu chuẩn / cứ có xe hơi riêng / là được xếp vào tầng lớp trung lưu / thì hiện 30% số dân Xingapo / thuộc vào tầng lớp này.

2   Mặc dù có mức sống trung bình tương đối cao / nhưng với giá cả đắt đỏ / gần như vào bậc nhất / trên thế giới hiện nay, nhiều người trong giới trẻ Xingapo / đã tỏ ra thất vọng / trước việc giấc mơ của họ / về một cuộc sống sung túc / khó có thể trở thành hiện thực.

Hiểu bài đọc

1. Xingapo được xếp thành nước đang phát triển   **S**
2. Người ta đánh giá xã hội Xingapo theo tiêu chuẩn có xe ô-tô riêng hay
    không có.   **Đ**
3. 30% dân số Xingapo có một cuộc sống trung lưu.   **Đ**
4. 70% dân số Xingapo không có xe ô-tô vì họ nghèo   **KC**
5. Xingapo được xem là một trong những thành phố đắt đỏ nhất hiện nay   **Đ**
6. Giới trẻ quan tâm đến giấc mơ của họ khó trở thành hiện thực.   **Đ**
7. David đã hoàn thành luận án tiến sĩ.   **S**
8. Hà Nội khá quen thuộc đối với David.   **Đ**
9. Muốn có bạn gái, phải có 5C trước đã.   **KC**
10. Tiêu chuẩn mới của giới trẻ gồm vợ và con, trước kia thì không nói đến.   **Đ**

CHỦ ĐỀ 6
BÀI 1

1. Nghĩa từ mới

1.	*vấn đề bức xúc*	e.	khẩn trương, phải giải quyết ngay
2.	*lãng phí*	d.	dùng tiền của nhà nước trong những việc không cần thiết
3.	*trầm trọng*	b.	đáng lo sợ
4.	*thất thoát*	f.	bị mất đi
5.	*thi hành*	g.	phải làm những gì đã quyết định
6.	*phổ biến*	a.	được áp dụng thường xuyên
7.	*xử lý nội bộ*	c.	không do luật pháp xử, mà xử trong cơ quan

2. Dùng từ mới

1. Tham nhũng, *lãng phí* là hai *tệ nạn*, đang xảy ra trong các cơ quan nhà nước.
2. Khi phát hiện một viên chức tham nhũng, cơ quan không đem người ấy ra trước pháp luật xử mà sẽ *xử lý nội bộ*.
3. *Nguyên nhân* của nạn tham nhũng là vì lương viên chức quá thấp.
4. Phải thành lập một ủy ban để *thi hành* nghiêm chỉnh luật phạt nạn tham nhũng lãng phí.

Bài 2
1. Đoán nghĩa từ mới

1.	bất hạnh	e.	không được may mắn
2.	chia sẻ/sẻ chia	a.	có người khác giúp đỡ khi bị khó khăn
3.	hoang mang	j.	không biết làm gì, quyết định làm sao
4.	lầm lì	b.	im lặng, không muốn nói chuyện với ai
5.	lao động chính	l.	người đi làm kiếm tiền nhiều nhất để nuôi gia đình
6.	thông cảm	i.	có người khác hiểu biết những khó khăn của mình
7.	toan	k.	có ý định
8.	trách móc	g.	bị người khác chỉ trích, phê bình
9.	trầm cảm	d.	có nhiều nỗi buồn không nói ra
10.	tuyệt vọng	c.	không còn hy vọng nào nữa
11.	tự tử/tự vận	h.	không còn muốn sống, tìm cách chết
12.	u uất	f.	buồn

Đoạn 5

1.	bê trễ	d.	chưa làm xong được
2.	bồ	f.	bạn gái, bạn trai
3.	lành mạnh	a.	tốt, không xấu
4.	liệt kê	b.	đưa ra một danh sách
5.	phân tích	c.	giải nghĩa
6.	trang bị kiến thức	e.	được học hỏi về một vấn đề để hiểu biết sâu

Đoạn 6 và 7

1.	ẩu đả	c.	đánh nhau
2.	băn khoăn	d.	không hiểu tại sao
3.	chế ngự	j.	phải kiểm soát vấn đề
4.	dữ liệu/số liệu	a.	những con số
5.	đâm chém	g.	giết chết người
6.	không hề	k.	chưa bao giờ
7.	kiệt quệ	b.	yếu đi
8.	kìm hãm	f.	không cho phát triển
9.	thái quá	e.	quá mức độ
10.	thi vị	h.	hay, đẹp, thú vị
11.	tức thời	i.	ngay sau lúc đó

Đoạn 3 và 4

a. Phần lớn trẻ em thường rất <u>lanh lợi</u>, <u>hoạt bát</u>, <u>lém lỉnh</u>.

b. Khi học nhiều đến mất ăn mất ngủ thì trẻ em bị <u>mắt thâm quầng</u>, <u>da tái mét</u>.

c. Khi trẻ em không được khoẻ thì họ <u>phờ phạc</u>, <u>đờ đẫn</u>.

d. Gia đình <u>ly tán</u> là một gia đình có cha hay mẹ, anh hay chị em không sống cùng với nhau.

BÀI 3

Nghĩa từ mới

Đoạn 1 đến 5

1.	*bản* ở tỉnh Sơn La	b.	làng
2.	*thanh thiếu niên*	i.	giới trẻ, nam và nữ từ 12 đến 30 tuổi
3.	học sinh *phổ thông*	g.	trung học
4.	*nguyên nhân*	h.	lý do tại sao
5.	miền *trung du*	e.	vùng ở giữa, không cao, không thấp

6. *chế biến* thuốc phiện | f | làm thành một thứ có thể dùng được
7. sự *lôi kéo* của bạn bè | a. | nghe theo, làm theo người khác
8   phong tục *lạc hậu* | d. | cũ, xưa, không thích hợp với ngày nay
9. *văn hoá phẩm đồi trụy* | c. | sách báo, nhạc, viđêô có ảnh hưởng xấu

Đoạn 6 đến 8

10. thanh thiếu niên *thất học* | p. | không được đi học
11. thanh thiếu niên *mù chữ* | m. | không biết đọc, biết viết
12. *chủ chứa hút* | j. | người ta đến chỗ đó để hút
13. *kẻ thù* của chế độ | l | người chống lại
14. *đầu độc* thanh thiếu niên | q. | làm cho người khác làm chuyện không tốt
15. *lén lút* | r. | làm mà không cho ai biết
16. *kích thích* thanh thiếu niên | k. | làm cho người ta thích làm một việc gì
17. lối sống *hưởng thụ* | n. | không làm gì cả, chỉ biết ăn và chơi thôi
18. *bất chấp* luật pháp | o. | không để ý đến, xem thường

BÀI 4

Tựa 2: Tương lai chất xám Việt Nam trở nên tốt đẹp
(đã bớt màu xám= has becomed less grey).

Từ vựng

1. chảy máu chất xám | e. | brain drain
2. đào tạo nâng cao/nâng cao tay nghề | a. | to improve professional skills
3. kinh nghiệm thực tế | b. | hands-on experience
4. sự mở cửa đào tạo | f. | opened to training
5. năng lực chuyên môn | c. | competence
6. thực tế công việc | d. | practical work experience

BÀI 5

Từ vựng mới đoạn 1 và 2

1.

accountancy	kiểm toán
by all means, at all costs	cho bằng được
hidden labor force	nhân lực ẩn
probability of success	xác suất thành công
public relations	giao tế nhân sự
profit	lợi nhuận
state-owned company	công ty quốc doanh
the target	mục tiêu
to admit	nhìn nhận
to enter the game	vào cuộc

to hesitate	ng**ần** ng**ạ**i
to select	tuy**ể**n d**ụ**ng

2.

1.	*ngần ngại*	h.	không làm ngay, cần suy nghĩ trước
2	*cho bằng được*	d.	dùng đủ mọi cách
3.	*lợi nhuận*	g.	tiền thu vào được
4.	*xác suất thành công*	i.	việc có thể làm thành
5.	*vào cuộc*	a	tham gia
6.	*kiểm toán*	j.	kiểm tra số tiền, tính tiền
7.	*giao tế nhân sự*	b.	cách tiếp xúc với người ta
8.	*tuyển dụng*	l.	chọn lựa
9.	*nhìn nhận*	k.	nói thật
10.	*nhân lực ẩn*	c.	những người có khả năng làm việc mà không ai biết đến
11	*mục tiêu*	e.	điểm muốn đạt tới
12.	*quốc doanh*	f.	do Nhà nước làm chủ

Từ vựng mới đoạn 3 và 4

1.

to be diligent	siêng n**ă**ng
to be self-confident	t**ự** tin
foreign communities	t**ậ**p đoàn n**ướ**c ngoài
head representative	tr**ưở**ng **đạ**i di**ệ**n
international marketing	ti**ế**p th**ị**
starting salary	m**ứ**c l**ươ**ng kh**ở**i **đ**i**ể**m
prestige	u y tín
the company's secrets	b**í** m**ậ**t c**ơ** quan
to attract	l**ô**i kéo
to be conscious of	**ý** thức
to favor	**ư**u đãi
to improve one's condition	c**ả**i thi**ệ**n b**ả**n thân
wage system	ch**ế độ** l**ươ**ng b**ổ**ng

2.

1.	*lôi kéo*	d	làm cho người ta đến làm việc cho mình
2.	*khởi điểm*	f.	bắt đầu
3.	*tự tin*	h.	tin vào khả năng của mình

4. *trưởng đại diện*   i. người đứng đầu
5. *tập đoàn*   c. một nhóm người
6. *siêng năng*   a. chăm chỉ
7. *ý thức*   e. sự nhận xét và hiểu biết
8. *hoàn thiện bản thân* k. làm cho mình tốt hơn
9. *khuyết điểm*   l. điều không tốt
10. *tiếp thị*   m. cách quảng cáo mặt hàng hoá
11. *bí mật*   b. chuyện mà không ai biết
12. *uy tín*   j. tiếng tốt
13. *ưu đãi*   g. dành cho nhiều điều kiện đặc biệt

CHỦ ĐỀ 7

BÀI 2

1. Những người làm ở mỏ được gọi là *phu mỏ*. Những người đi giảng đạo gọi là *nhà truyền giáo,* những người làm trong quân đội gọi là *quân nhân*.

2. Những từ khác chỉ nghề nghiệp: y tá, bác sĩ,

3. Vietnamese expressions

Đoạn 1

to follow in the footsteps of	theo chân
from sunrise to sunset	từ lúc mặt trời lên đến lúc mặt trời lặn
to be beaten	bị đánh đập

Đoạn 2 và 3

At the end of the contract	kết thúc hợp đồng
referendum	trưng cầu dân ý

Đoạn 4

dynamic character	tính năng động
industriousness	sự cần cù
be fast, efficient	nhanh nhẹn
the competitors	đối thủ cạnh tranh
to save money, economize	tiết kiệm
characteristics	đặc điểm

Đoạn 5 và 6

to live in comfort	sống trong sung túc
to work in hardship	lao động cực nhọc
to relive/revisit the past	ôn lại quá khứ
to remind	nhắc nhở
to nurture and to respect	nâng niu tôn trọng

| achievements | thành đạt |
| generation (family) | thế hệ |

Đoạn 6

| national cultural activities | sinh hoạt dân tộc |
| folk dances | vũ điệu dân gian |

4. Nghĩa từ mới

1.	hợp đồng	b.	tờ giấy nói những điều kiện làm việc
2.	hẳn hoi	i.	có viết tất cả điều kiện làm việc
3.	tối đa	a.	nhiều nhất
4	bị bỏ đói	f.	không cho ăn uống
5.	(được nghỉ) hẳn	g.	cả ngày
6.	thực phẩm	e.	thức ăn
7.	tiền công	h.	lương tháng
8	kết thúc (hợp đồng)	c.	làm việc xong
9.	trưng cầu dân ý	k.	hỏi ý kiến của người dân
10.	tính năng động	l.	tự làm lấy và hoạt động nhiều và nhanh
11	phụ gia đình	d.	giúp
12.	nâng niu	j.	yêu quý

Ngữ pháp

1. Các thương gia pháp: *subject of thuê, theo (chân)*

   Họ (= người đầu tiên đến New Caledonia dưới dạng phu mỏ): *object of thuê*

   Các thương gia theo chân các nhà truyền giáo đến Hải phòng : *subject*
   thuê : *verb*
   họ : *object*

2. Chia câu

a. Lúc sinh đẻ / phải nằm tại nhà / nên con cái sinh ra đời / chết ngay trên tay.

b. Họ vẫn cũng không quên / đưa con cháu họ / đi thăm những mỏ khai thác cũ / mà cha ông đã lao động cực nhọc ngày xưa /, như để ôn lại quá khứ / và nhắc nhở con cháu / hãy nâng niu tôn trọng / những thành đạt của ngày nay.

Hiểu bài

1.	Người Việt đầu tiên sang New Caledonia để buôn bán.	**S**
2.	Các thương gia Pháp đi theo các nhà giảng đạo đến Hải Phòng.	**Đ**
3.	Người Pháp và người Việt ký hợp đồng với nhau.	**Đ**
4.	Theo hợp đồng, người Việt tại đảo phải làm việc bảy ngày một tuần.	**S**

5.	Cũng theo hợp đồng, người Việt có thể ăn những gì họ thích.	Đ
6.	Khi bị ốm hay khi sinh đẻ, có bác sĩ chăm nom.	S
7.	Xong hợp đồng, nhiều người trở về Việt Nam vào năm 1939.	S
8.	Năm 1958, có 1000 người Việt sống ở đảo.	KC
9.	Họ làm ăn rất khá.	Đ
10.	Có người may vá thêm để giúp gia đình.	Đ
11.	Họ trở nên giàu có vì họ buôn bán với giá cao.	S
12.	Họ làm ra bao nhiêu tiền, họ đem đi gửi ngân hàng.	KC
13.	Người Việt hiện sống tại New Caledonia là thế hệ thứ ba của các phu mỏ	Đ
14.	Họ không biết gì về văn hoá Việt Nam.	S
15.	Con em học hành rất giỏi.	Đ

BÀI 3

Từ vựng đoạn 1 và 2

to display	bày
fortune teller	thầy bói
spirits	thần thánh
ghosts and evils	ma quỷ
incense	nhanh hương
to light	thắp
propitious day	ngày lành tháng tốt
spirit	hồn
superstitious mind	đầu óc mê tín
to bury	chôn cất

Đoạn 3

to be careful	thận trọng
to be harmonious	trên thuận dưới hoà
mourning color	màu tang
to abstain from	kiêng
to sweep	quét

Đoạn 4

to be successful	ăn nên làm ra
to go smoothly	êm xuôi
good or bad luck	sự may hay rủi
every matter	mọi công chuyện
to flow smoothly	suôn sẻ

to step in someone's house   <u>xông</u> <u>đất</u>

CHỦ ĐỀ 8
BÀI 4
Từ vựng mới

1.	đảm nhiệm chức vụ	l.	to assume a function
2.	đất nước thái bình	h.	peaceful land
3.	(sự) đầy ải	m.	an ordeal
4.	hạ thấp nhân phẩm	i.	to lose one's dignity
5.	hòa hợp dân tộc	j.	reconciliation
6.	mất niềm tin	a.	to lose faith
7.	mệnh phụ phu nhân	c.	a powerful woman
8.	khía cạnh phiêu lưu lãng mạn	k.	adventurous and romantic side
9.	tham gia chính trường	o.	to participate in the political scene
10.	tham gia đối lập	b.	to join the opposition
11.	thâm nhập thực tế	g.	to immerse oneself in real life
12.	thượng nghị sĩ	f.	senator
13.	triết lý sống	e.	philosophy of life
14.	xoá đói giảm nghèo	d.	to eradicate poverty
15.	xuống đường đấu tranh	n.	to demonstrate in the streets

Ngữ pháp

1.

mà : whose

tiếng : fame

2. Câu "*Có một tiệm ăn không biển quảng cáo nhưng luôn luôn đông khách, <u>mà</u> toàn khách sang.*"

mà: : but (all the guests are well-to-do guests)

CHỦ ĐỀ 9
BÀI 1

A.   Behavior, code of behavior

Ăn có nhai, nói có nghĩ.

   One chews when one eats; one must think when one speaks.

Chọn bạn mà chơi, chọn nơi mà ở.

   To live, one chooses a nice place; to socialize one chooses the right friends.

Tin quá hoá dại.

One should not believe too blindly or one becomes stupid.

Đói cho sạch, rách cho thơm .

When you are hungry, be clean; when your clothes are torn, keep them fresh:

Even during hard times, conduct yourself properly.

Ăn lắm trả nhiều .

The more you eat or spend, the more you have to pay: Don't waste your hard-earned

money.

Nói gần nói xa, chẳng qua nói thật.

Don't beat around the bush; it's better to speak the truth.

No mất ngon, giận mất khôn .

When one is too full, one does not appreciate food:

When one is angry, one is no longer rational.

Chó dại có mùa người dại quanh năm .

A dog is mad in summer, but a stupid person can be fooled all year round.

Ăn mặn nói ngay còn hơn ăn chay nói dối .

It's better to eat meat and speak the truth than to be a vegetarian and tell lies:

Better to live with integrity than to put up a false front.

Cây khô không có lộc, người độc không có con.

A tree deprived of water cannot bear fruit; a wicked person will not be blessed with

children.

B. Social relations, social responsibilities

Ăn trái nhớ kẻ trồng cây .

When one eats fruits, one should remember the person who planted the trees:

Be grateful to those who have helped you.

Yêu trẻ trẻ đến nhà. Yêu già, già để tuổi cho .

When you are kind to children, they come to your house and play. When you are polite

to older people, they like and praise you: Kindness and respect are reciprocal.

Tiếng chào cao hơn mâm cỗ .

    A word of greeting is worth more than a banquet.

Làm phúc quá tay, ăn mày mấy chốc.

    When you help someone, do it within your limits; otherwise you can become poor in
no time.

Lời nói không mất tiền mua,
Lựa lời mà nói cho vừa lòng nhau.

    Words cost nothing. Choose your words when you speak so you don't offend
anyone.

Làm đầy tớ thằng khôn hơn làm thầy đứa dại.

    It's better to be the servant of a clever person than the master of a stupid one.

C.   Family relations, gratitude, obedience

Con chẳng chê cha mẹ khó,
Chó chẳng chê chủ nhà nghèo.

    A dog does not reproach his owners for being poor; children do not reproach their
parents for being in hardship.

Con hư tại mẹ, cháu hư tại bà.

    Mothers spoil their children. Grandmothers spoil their grandchildren.

Yêu cho roi cho vọt,
Ghét cho ngọt cho bùi.

    If you love your child, use the cane; if not, praise the child:
Spare the rod and spoil the child.

Rể rể dâu dâu, cũng kể là con.

    Treat a son-in-law or a daughter-in-law as if they were your own children.

Trẻ cậy cha, già cậy non.

    When one is young, one relies on one's father. When old, one relies on one's child.

Anh em như chân tay, vợ chồng như quần áo.

    Siblings are like one's limbs; one cannot replace them. Husbands and wives are like
clothes that can be changed: Blood is thicker than water.

Anh em khinh trước, làng nước khinh sau.

    If siblings scorn one another, their fellow villagers will scorn them in turn.

D   Women and marriage

Cháu bà nội, tội bà ngoại.

A grandchild is a delight to her paternal grandmother but a burden to her maternal grandmother.

(Cultural note: The maternal grandmother bears greater responsibilities towards her grandchild.)

Cha mẹ đặt đâu, con ngồi đó.

A child sits where told by her parents: A daughter will marry the person chosen by her parents.

Của chồng công vợ.

A husband's possessions are his wife's labor.

(Cultural note: When a woman marries, one of her duties is to maintain the husband's family wealth through hard work and management.)

Sống quê cha, ma quê chồng.

A girl grows up in her father's village; she will be buried in her husband's village.

Xem trong bếp, biết nết đàn bà.

Look in the kitchen; there one will find out a woman's virtue.

Gái chính chuyên chỉ lấy một chồng.

A righteous woman marries only once.

(Cultural note: A woman cannot remarry even when she is a widow, and divorce is unthinkable).

Thuận vợ, thuận chồng, tát biển đông cũng cạn.

Together a perfect couple can empty even an ocean: Love can move mountains.

Lấy chồng khó giữa làng, hơn chồng sang thiên hạ.

It's better to marry a poor man from one's own village than a rich man from another village.

(Cultural note: One remains faithful to one's village, one's community).

E.   Knowledge

Dốt đến đâu, học lâu cũng biết.

No matter how ignorant one is, one will learn by studying hard.

Một kho vàng không bằng một nang chữ.

A warehouse full of gold is worth less than a purse full of knowledge.

Muốn biết phải hỏi, muốn giỏi phải học.

> Ask if you want to know; study if you want to excel.

Có đi mới đến, có học mới hay.

> Only by traveling do you reach your destination. Only by studying do you attain knowledge.

Dao có mài mới sắc,
Người có học mới khôn.

> A knife becomes sharp by being sharpened. A person becomes smart by studying.

Lộn con toán bán con trâu.

> A buffalo must be sold because one made a mistake with numbers: Ignorance has a high price.

Của bề bề không bằng có nghề trong tay.

> To have a profession is worth more than any possessions one may have.

Cha muốn cho con hay, thầy muốn cho trò khá.

> A father wants his children to be good; teachers wants their students to excel.

Giàu ba mươi tuổi chớ mừng,
Khó ba mươi tuổi, cũng đừng vội lo

Don't rejoice yet if you are rich at thirty.
Don't despair yet if you are still poor at thirty.

GLOSSARY
VIETNAMESE — ENGLISH

TỪ VỰNG
VIỆT – ANH

TỪ VỰNG VIỆT — ANH

VIETNAMESE — ENGLISH GLOSSARY

The first number gives the topic (Chủ đề), and the letter (B) and second number indicate the reading where the word appears for the first time; sometimes a second occurence is also listed. When a reference CH (chủ đề) and number are given, it means that the word appears in the topic title or in a photograph in that topic section.

The tones are ordered as follows: a, à, á, ạ, ả, ã.

A

Ai Cập	4B4	Egypt
an toàn	CH2	safety
anh hùng dân tộc	7B5	national hero
ách	8B1	yoke
áo trắng quần đen	8B4	white blouse, black trousers (dressed like a person from the country)
áp dụng	1B3	to put into practice
áp chế, bị áp chế	8B1	to oppress, be oppressed
áp đặt	6B2	to force
áp lực	2B3	pressure
bị áp lực của bạn bè		be under peer pressure
ăn nên làm ra	7B3	be successful (Idiom)
ăn ngon mặc đẹp	5B3	to live comfortably (with good food and nice clothes) (Idiom)
sống trong cảnh ăn ngon mặc đẹp		
ăn uống rượu chè	2B1	to eat and (particularly) drink excessively
ấn tượng	4B3	impression
gây ấn tượng		to make an impression
ẩu đả	6B2	a fight

B

(nhà) bác học	6B2	scientist
bài bạc	6B2	gambling
bài trừ	6B1	to eliminate
bãi bỏ	4B2	to abolish, revoke
bãi bỏ cấm vận		to lift the embargo
ban hành luật	8B1	to promulgate a law
bán đảo	1B5	peninsula
bản	6B3	village
bản thân	6B5	self
hoàn thiện bản thân	6B5	to improve one's condition

bảng, bảng hiệu	2B4,3B2	street sign, sign post
bánh chưng	7B2	rice cake with pork meat and mung bean
bao vây	4B3	blockade
báo công	2B7	to report one's achievements
báo động	2B5,3B1	to alarm, to sound the alarm
đến mức báo động		at an alarming rate
Bảo tàng Nhân chủng học	1B6	Museum of Anthropology
bảo tồn / bảo vệ	1B2, 1B6	to preserve, protect
bày / trưng bày	7B3	to display
(vào) bậc nhất	5B5	the most ...
bầu trời	CH3	the sky
Cứu lấy bầu trời	CH3	Save the ozone layer
bất bình đẳng (nam nữ)	8B1	inequality (between men and women)
bất chấp	6B3	regardless of
bất cứ nơi nào	6B5	anywhere
bất hạnh	6B2	be unfortunate, unlucky
bất kể	2B3	regardless
bất ổn	6B2	be unstable
Bắc thuộc		
Thời Bắc thuộc	8B1	(period under) Chinese rule
băn khoăn	6B2	to be puzzled
bê trễ	6B2	be delayed
bế mạc	4B4	to close (Of meetings)
bi quan	7B4	be pessimistic
bí hiểm	7B4	be enigmatic
bí mật cơ quan	6B5	the company secrets
bị thương	2B5	be hurt
biến thành	3B1	to transform into
biển quảng cáo	8B4	advertisement panel
biết tiếng	8B4	to hear about someone famous
biểu diễn thời trang	6B2	fashion show
biểu hiện	7B4	demonstration (of one's feelings)
biểu thị	5B3	to display, express; the expression of ...
bình quân	2B5	on average
bình quyền	8B1	equal rights
bình thường	1B4	be normal
bình thường hoá	4B3	to normalize
bỏ, phá bỏ	2B3	to give up, to get rid of (a habit)
bỏ ra	6B5	to spend (money)
(bị) bỏ đói	7B2	be left hungry
bồ	6B2	girlfriend, boyfriend
bộ phận	5B3	a group of

bộ trang phục	1B6	costumes
bù lỗ	5B4	to compensate losses
bức xúc	6B1	be urgent
bước đầu	1B4	the first step
bước phát triển	8B1	stepping stone

C

ca múa	7B2	to dance and sing
ca ngợi	8B2	to praise
cá tính	8B4	personality
cách mạng, làm cách mạng	7B4	revolution, to revolt
cai trị quốc	7B4	to govern the nation
cãi nhau	7B3	to quarrel
cải cách	8B1	to reform
cải lương	7B1	reformed opera
cải tạo	2B5	to improve
cải thiện	8B1	to improve
cải trang (nam giới)	8B3	to disguise(as a man)
cam kết, sự cam kết	4B3	to commit, commitment
cán bộ	6B4	cadre
cán bộ giảng dạy	6B4	teaching cadre, teacher
cán bộ quản lý	6B4	administrative cadre, executive
cảnh ăn ngon mặc đẹp	5B3	to live comfortably (with good food and nice clothes)
cảnh quan	1B1	landscape
cạnh tranh	5B4	be competitive
theo hướng cạnh tranh	5B4	towards competitiveness
cao đẳng, trình độ cao đẳng	8B3	two-year college, two-year college level
cao nguyên	1B5	highland
cao sang	8B4	be noble
càu nhàu	6B2	to nag
cáu gắt	6B2	be bad tempered
cấm vận	4B2	embargo
cấp đại sứ	4B2	at ambassadorial level
cân đối	5B4	balance
sự mất cân đối	5B4	imbalance
cần cù	7B2	be industrious
cấp	4B2	level
cấp nước	3B2	to provide water
cật lực (làm việc cật lực)	5B3	extremely hard
cây cối	1B5	vegetation
chánh án	4B4	judge

chảy máu chất xám	6B4	brain drain
chảy xuôi	3B4	to flow
chăm sóc y tế cơ bản	2B2	basic health care
chẳng may	6B2	unfortunately
chẳng qua là	7B4	only because
chặt chẽ	4B3	be close, tight
châm thuốc	2B3	to light a cigarette
chấm dứt	8B1	to end, cease
châu	1B2	continent
chất thải	3B1	waste
chất thải công nghiệp	3B1	industrial waste
chất thải sinh hoạt	3B1	domestic waste
túi đựng chất thải	3B1	dumping ground
chất xám	1B4, 6B4	grey cell, grey matter
chất xúc tác	6B2	stimulant
che dấu	2B3	to hide
chèo	7B1	traditional operetta
chế biến	5B1,6B3	to process
chế độ	6B1	regime
chế ngự	6B2	to control
chế tạo / chế xuất	3B2	to manufacture
chi cho	2B7	to allocate
chi nhánh	5B2	branch
chi phối; bị chi phối	7B4, 8B1	to control, rule; be governed
chỉ thị	2B1	to instruct, instruction
chiếm	1B5	to occupy
chiến dịch	3B1	operation, campaign
chiến lược	4B4	strategy
tư tưởng chiến lược	4B4	strategic idea
chiến trận	8B1	battlefield
chiều hướng	2B1,4B1	trend, tendency
chiếu bóng	7B1	to show a film
rạp chiếu bóng	7B1	movie theater
chính thức	1B4	be official, officially
chính trường	8B4	political scene
chịu khó	6B5	be perseverant, to take pains in doing something
cho bằng được	6B5	at all costs
chôn cất	7B3	to bury
chống	8B1	to oppose
chống Việt Nam	4B2	against Vietnam
chống thụ thai	2B2	contraception

chủ bút	8B1	editor
chủ chứa hút	6B3	owner of an opium den
chủ đề	1B6	theme, subject
chủ trương	8B1	to advocate, assert
có chủ trương	5B4	to advocate
chủ yếu	1B4	main, principle
chuyên đề	1B1	special subject
(trường) chuyên nghiệp	8B3	vocational (school)
chuyển biến		to change
sự chuyển biến nhận thức	2B7	a change in attitude, in thinking
chứa	1B5	to contain
chức vụ	7B4	function
đảm nhiệm chức vụ	7B4	to assume a function
cô lập	4B3	to isolate
cố đô	1B2	ancient capital
cổ họng	2B3	throat
công bằng	CH4	social justice
công bố	1B4	to declare
công cộng; nơi cộng cộng	2B1	public places
công cuộc	4B3	the undertaking of
công nghiệp	5B1	industry
công nghiệp hoá	3B1,4B3	to industrialize
Công nguyên		
Trước Công nguyên	8B1	period BC
.. Sau Công nguyên	8B1	period AD
công nhân kỹ thuật	8B3	technician
công nhận	1B2	to recognize, admit
công sở	2B1	government offices
công tác	2B6	task
công ước	1B2	convention
cộng đồng	1B5	community
cơ cấu	2B2	structures
cơ chế	4B4	mechanism
cơ hội	5B1	opportunity
cơ sở hạ tầng	3B4	infrastructure
cơ sở vững chắc	6B5	firm foundation
cụ thể	1B4	be specific, concrete
cụm dân cư	3B4	enclave of inhabitants
cung cầu		
(cung ứng và nhu cầu)	5B4	supply and demand
cung cấp	2B2	to provide
cũng như	1B4	at the same time

củng cố	4B3	to strengthen
cứ có ... là	5B5	One only has to have ... to be ...
cực đoan	7B4	be excessive
cực nhọc	7B2	painstakingly
cười đùa	8B4	to laugh
cứu lấy	CH3	to save, salvage

D

da tái mét	6B2	to look pale
dải đồng bằng	1B5	delta strip
dạng	4B4	type, category
dạng tội phạm mới	4B4	new forms of crime
danh mục	1B2	itemized list
dành, để dành	2B3	to save, money that has been saved
dành nhiều thì giờ	6B1	to spend a lot of time
dao hai lưỡi	2B2	double-edged sword
dẫn đầu	5B3	to lead
dân số	2B7	demography
dân tộc thiểu số	1B6	ethnic groups
dân trí	2B6	people's awareness, consciousness
di sản	1B2	heritage
dị đoan	7B3	be superstitious
diễn đàn	4B3	platform
diện tích	1B5	surface area
do đó	1B2	because of that
doanh nghiệp	4B1,6B5	business company/people
doanh nhân	8B1	businessperson
dòng, dòng chữ	7B4	(written) line
du học	6B4	to go study overseas
đợt du học		groups of students going overseas to study
du lịch trái mùa	1B3	to travel during the off-peak season
dụng cụ	1B6	tool
dụng cụ tránh thai	2B6	contraception device
dường như	6B5	apparently
dữ liệu	6B2	data
dự án	2B2,3B4	project
dựa vào	7B4	based on
dựng nước	8B2	to build the nation
dứt khoát	2B3	definitively

Đ

đa dạng	4B3	be diversified
nền văn hoá đa dạng	1B6	multiculture
đa dạng hoá	4B3	to diversify
đa phương hoá	4B3	to make multilateral
đá vôi	1B5	limestone
đại biểu	2B5,4B2	representative
đại chúng	3B4	the mass
đám lễ	7B3	ceremony
đảm bảo	2B4	to guarantee
Đan Mạch	4B1	Denmark
đáng mừng	5B3	be happy (Of events)
đánh dấu	4B3,8B1	to mark
(bị) đánh đập	7B2	be beaten
đánh giá	6B5	to evaluate
đào tạo nâng cao	6B4	to specialize
đảo	1B5	island
quần đảo	1B5	archipelago
đăng	6B5	be advertised
đặc điểm	7B2	characteristic
đắt đỏ vào bậc nhất	5B5	be the most expensive
(vụ) đâm chém	6B2	stabbing/killing incident
đầm ấm	8B4	be cosy and nice
đầu đàn		
chuyên gia đầu đàn	6B4	leading specialist
đầu độc	6B3	to poison someone's mind
đầu óc	7B3	mind
"đầu quý giá"	6B5	talented, intelligent people
đấu tranh, cuộc đấu tranh	1B6,4B4	to fight, the struggle
(sự) đầy ải	8B4	ordeal
đẩy mạnh	5B3	to push hard
đèo dốc	2B5	mountain pass
đề cập	4B4	to deal with (a subject)
đền	7B4	temple
địa bàn	2B6	area (of activity)
địa điểm giải trí	7B1	entertainment spot
địa lý	1B5	geography
địa phương	1B3	region, area (in a country)
đường địa phương	2B5	local road
địa vị	8B1	status, position
địa vị độc tôn của nam giới	8B1	the unique status reserved for men

địch họa	7B4	the enemy, foreign invader
điển hình	5B5	be typical
điều dưỡng viên	6B4	nurse
điều khiển	6B4	to control
điều trị	6B4	to treat (an illness)
định cư	1B4	to settle
đóng góp	1B4	to contribute
đô thị	2B1,2B4	city
đô thị hoá	3B1	to urbanize, urbanization
đồ vật cúng lễ	1B6	ceremonial objects
độc đáo	8B4	be unique
độc giả	8B1	readers
độc lập	8B1	independence
đôi, đi đôi với	2B6	going together with
đồi núi	1B5	hills and mountains
đối đầu	3B4	to confront
đối mặt	6B2	to come face to face with, to be hit with
(nhóm) đối lập	8B4	the opposition
đối ngoại		
chính sách đối ngoại	4B2	foreign policy
đối tác	5B1	partner(ship), buyer
đối thủ, đối thủ cạnh tranh	6B5,7B2	be competitive, competitor
công ty đối thủ	6B5	rival company
đối tượng	2B6,7B1	person with whom one is dealing, an object of study, an interlocutor
đối với	1B4	regarding
đội ngũ	6B4	team
Đông Nam Á	1B5	Southeast Asia
đồng thời	2B1	at the same time
đồng chí	4B3	comrade
đồng nghiệp	6B4	colleague
đờ đẫn	6B2	to look exhausted and lifeless
đơn vị	5B4	unit
đua tài	1B3	talent contest
đúng đắn	4B2	be sound, correct
đúng mức	6B5	at the right level
đánh giá đúng mức		to evaluate someone correctly

G

gay go	8B4	be trying, difficult (Of events)
gánh vác	8B1	to carry a heavy burden
gánh vác toàn bộ công việc	8B1	to assume all the duties

gắn chặt	4B3	to bind together
gây	3B1	to provoke, give raise to
gây ấn tượng	4B3	to create an impression
ghi lại	7B2	to record (on paper)
ghi nhận	2B7	to acknowledge
gia nhập	4B2	to join
gia tăng	6B2	to increase
giá trị	1B2	value, worth
giai đoạn	8B1	stage
gián tiếp	6B2	indirectly
giải pháp	2B5	solution
giải phóng	8B2	to liberate
giải tỏa	2B3	to release (tension)
giải trí	7B1	to relax
giành	CH4	to gain
giấc mơ	5B5	dream
giẫm chân tại chỗ	6B1	to be at a standstill
giao tế nhân sự	6B5	public relations
giỗ Tổ	1B3	the Ancestor's anniversary
giống nòi	1B6	race
giúp đỡ	1B2	to help
giữ, giữ nước	8B2	to keep, to protect the country
giữ gìn	1B1	to keep, conserve
góc độ	5B3	angle (from an angle)
góp phần	2B7	to contribute
gỗ qúy	1B5	precious wood
gộp chung	5B5	to add together
gôn, sân gôn	3B3	golf, golf course

H

hạ	2B6	to reduce
hạ lưu	3B4	lower river
hạ thấp	8B4	to lower
hạ thấp nhân phẩm	8B4	to lose one's dignity
hải cảng	1B5	port
hải ngoại	1B4	overseas
nhạc hải ngoại	7B1	Vietnamese music from overseas
Hàn quốc	4B1	Korea
hàng loạt vấn đề	4B4	a mass of issues
hạn chế	2B1	to limit
hát bội	7B1	classical drama
hẳn	7B2	completely

hẳn hoi	7B2	be proper
hợp đồng hẳn hoi	7B2	a proper contract
hăng hái	2B5	be enthusiastic
hấp dẫn	2B3	be attractive
hệ sinh thái	3B3	eco-system
hệ thống	1B4	system, network
hiện đại hoá	3B3,6B4	to modernize
hiện thực	5B5	reality
khó trở thành hiện thực	5B5	be difficult to become reality
hiện vật	1B6	artefacts
hiệp định	4B1	agreement
hiệp hội	4B2	association
hiệu quả	2B6	consequence
hình thành/thành hình		to take form
sự hình thành	2B7	realization
hoà nhịp	4B2	to keep pace with
hoà thuận/thuận hoà	7B3	be harmonious
hoá chất	3B1	chemicals
hoan nghênh	4B1	to welcome
hoàn cảnh	2B3	situation
hoàn chỉnh	4B3	to complete, finalize
hoàn thiện	4B4,6B5	to improve
hoang mang	6B2	be confused
hoạt bát	6B2	be chatty, voluble
hoạt động	5B4,7B4	activity
học thuyết	7B4	theory
hỗ trợ	1B6	to sponsor
Hội đồng Thành phố	1B6	Municipal Council
Hội đồng Nhân dân Thành phố	8B4	People's Committee of the City
hội họa	6B2	drawing, painting
hội lễ / lễ hội	1B3	festival
hội nghị	2B5	conference
Hội nghị Thượng đỉnh	4B1	Summit talk
hội nhập	4B3	to integrate
hội thảo	4B1	workshop
hội chọi châu	1B3	buffalo fight festival
hồn	7B3	spirits of the dead
hộp đêm	2B3	night club
hơi thở	3B2	breath, oxygen
hợp đồng	7B2	contract
hợp tác	4B3	cooperation
hút vài hơi	2B3	to have a few puffs

huy động vốn	1B4	to mobilize capital
hủy hoại	3B2	to destroy
hư hỏng	6B2	be spoilt, to turn bad
hướng tập trung	5B4	be focused
hưởng	6B5	to receive
hưởng thụ	6B3	to enjoy
lối sống hưởng thụ	6B3	to just enjoy life, to have an idle life
hưởng ứng	3B3	to respond
hữu nghị	4B1	friendship

I

ích lợi	2B6	be profitable, beneficial
ích nước lợi nhà =		
ích lợi cho nước nhà	2B6	be beneficial for the country

K

kẻ thù	6B3	the enemy
kế đến là ...	6B4	next is ...
kết hợp	1B4	to combine with
kết nạp	4B1	to admit (a member)
kết thúc	4B5,7B2	to end
khai mạc	1B5	to begin
khai trương	1B3	to start
khai thông	6B4	to open (a road)
khám phá	1B6	to discover, discovery
khán giả	7B1	spectator, audience
khẳng định	2B7,8B1	to confirm, affirm
khẩu vị	7B2	taste
khéo léo	8B2	be skillful
khép (cửa)	4B2	to close the doors
khép lại quá khứ	4B2	to close the doors to the past
khí cụ	1B6	tools
khía cạnh	7B4	side
khiến	6B2,7B4	to cause
khoa học kỹ thuật	4B3	science and technology
khoáng sản	1B5	minerals
khối; khối cộng đồng	1B5	the block; the community
không hề	6B2	never
không khí	3B3	air, atmosphere
khổng lồ	1B5	be gigantic
khởi đầu	5B6	to start

khởi điểm, lương khởi điểm	6B5	starting point, starting salary
khởi xướng	3B1	to initiate
khủng bố	4B4	terrorism
khủng hoảng	6B2	crisis
khuyến khích	5B4	to encourage
khuyết điểm	6B5	a bad point
kích thích	6B3	to excite
kịch nói	7B1	a play
kiểm soát	CH3	to control
kiểm toán, hãng kiểm toán	6B5	accountancy firm
kiến nghị	2B5	decision
kiện toàn	2B6	to consolidate
kiêng, kiêng ky	7B3	to abstain from
kiệt quệ tinh thần	6B2	mental exhaustion
kim ngạch	5B4	turnover
kìm hãm	6B2	to stop something from progressing
kinh nghiệm thực tế	6B4	practical work experience
kỳ vọng	6B2	hope

L

lá (Classifier) phổi	3B2,3,4	lungs
lạc hậu	6B3	be backward, behind the times
lái ngoằn ngoèo	2B4	to weave in and out of traffic
lại	1B3	on the other hand
làm chủ	7B2	to be the owner
làm giàu	6B4	to become rich
đường làm giàu		the road to strike it rich
lãng mãn	8B4	be romantic
lãng phí	6B1	wastage
lạng lách	2B4	to squeeze into traffic
lanh lợi	6B2	be quick minded, be alert
lành mạnh	5B4,6B2	be healthy
cạnh tranh lành mạnh	5B4	fair competitiveness
lãnh đạo	2B7	leader
lãnh đạo các cấp	2B7	leaders of all ranks
lãnh đạo cao nhất	4B3	top leaders
lãnh thổ	5B1	territory
lâm sản	5B1	products of the forest
lâm viên	3B2	forests
lầm lì	6B2	be sullen
lao động chính	6B2	main breadwinner

lễ	7B2	ceremony
lễ chôn cất	7B2	burial ceremony
lễ cưới, lễ hỏi	7B2	wedding, engagement ceremony
lém lỉnh	6B2	to have the gift of the gab
lén lút	6B3	secretly
Liên hiệp Quốc	1B2	The United Nations
Liên Minh châu Âu	4B3	European community
liên ngành	1B4	joint branches
liên quan	6B1	be connected to
liệt quê	6B2	to enumerate
lĩnh vực	4B3	area, domain
loạt		series, a round of, a mass of
hàng loạt vấn đề	4B4	a mass of issues
một loạt nghị quyết	4B4	a series of resolutions
lộ thiên		in the open
mỏ lộ thiên	1B5	open cut mine
lôi cuốn	8B4	be attracted to
lôi kéo	6B3,6B5	to drag someone into something
dễ bị lôi kéo	6B3	easy to be influenced
lôi kéo của bạn bè	6B3	to be dragged into doing something by friends
lợi ích		
vì lợi ích của...	1B2	for the benefit of
lợi nhuận	6B5	profit
luật lệ giao thông	2B5	traffic regulations
lúc nào không hay	6B2	without any warning
lục địa	1B5	mainland (US)
lứa tuổi trong diện sinh đẻ	2B6	child-bearing age
lực lượng	8B1	forces
lực lượng quân đội Mỹ	4B2	American military forces
lực lượng sản xuất xây dựng	8B1	production and construction forces
lương bổng, chế độ lương bổng	6B5	wages, wage system
lừa gạt	6B2	to cheat someone of something
lưu giữ	1B6	to conserve
ly tán	6B2	be dispersed
lý do	1B4	reason
lý tưởng	7B4	ideal

M

ma quỷ	7B3	ghosts and evil spirits
ma túy	6B3	narcotics
nghiện ma túy	6B3	drug addiction

Mác-xít	7B4	Marxism
mạch	2B3	artery
mạng lưới	2B5	network
màu mỡ	1B5	fertilizer
màu tang	7B3	color of mourning
may	7B3	be lucky
may rủi	2B3	chances
may vá	7B2	sewing
mắng mỏ	7B3	to scold
mắt thâm quầng	6B2	dark circles under the eyes
(lúc) mặt trời lên, mặt trời xuống	7B2	at sunrise, sunset
mất cân đối	5B4	to lose the balance
sự mất cân đối giữa nhu và cầu	5B4	the imbalance between demand and supply
mất mát	6B5	to lose, a loss
mật độ	1B5	density
mê tín	7B3	be superstitious
mệnh danh là	3B4	be called
mệnh phụ phu nhân	8B4	spouse of an important man
miếu	7B5	shrine
mỏ, mỏ than, mỏ dầu	1B5	mine, coal mine, oil well
mô phỏng	8B1	to copy
mối (Classifier) liên hệ	5B3	the relation
mù chữ	6B3	be illiterate
mục tiêu	6B5	aim
mưa lũ	3B4	heavy rain
mức độ	6B5	level
mức lương khởi điểm	6B5	starting salary

N

Na Uy	4B1	Norway
năm chữ số	5B5	five figure digits
năng cao tay nghề	6B4	to improve one's professional skills
năng động	6B4, 7B5	be active
năng lực	6B5	ability
năng lực chuyên môn	6B4	competence
năng lực công tác	8B3	competence
nặng nề	3B1	be heavy
nặng nhọc	8B1	be strenuous and heavy
nắm bắt	6B4	to seize, grasp (a point)
nâng niu	7B2	to nurture
ngày lành tháng tốt	7B3	propitious day
ngăn cản	8B1	to prevent

ngăn chặn	4B4,6B3	to stop
ngăn ngừa / phòng ngừa	4B4	to prevent
ngăn ngừa tội phạm	4B4	crime prevention
ngân sách	2B7	the budget
ngần ngại	6B5	to hesitate
nghệ thuật	1B1	the art of
nghị quyết	4B4	resolution
nghiêm cấm	1B1	to strictly prohibit
ngoại tệ	1B4	foreign currency
ngoại xâm	8B1	foreign invaders
ngoằn ngoèo	2B4	to weave in and out of traffic
nguy cơ tử vong	2B3	rate of mortality
nguyên nhân	2B5,6B1	cause
nguyên tắc	8B1	principles
ngư nghiệp	5B1	fishery
nhà + discipline	4B1	designates a person's profession
nhà truyền giáo	7B2	missionary
nhạc		
nhạc đấu tranh	7B1	anti-war songs
nhạc hải ngoại	7B1	Vietnamese music from overseas
nhạc tiền chiến	7B1	pre-war songs
nhạc tình cảm	7B1	love songs
nhạc truyền thống cách mạng	7B1	traditional revolutionary songs
nhạc cụ	1B6	musical instrument
nhang hương/ hương nhang	7B3	incense stick
nhảy vọt	2B7	to jump
tính nhảy vọt của mức ngân sách		a big increase in funding
nhằm	1B3	in order to
nhắc nhở	7B2	to remind
nhân	2B7	on the occasion of
nhân loại	1B2	humanity
nhân lực	6B5	labor force
nhân lực ẩn		hidden labor force
nhân sự	6B4	personnel
nhân tài	6B5	talented people
nhân tố	2B6	human factor
nhân vật	8B4	personality
nhấn mạnh	4B3	to stress on
nhận thức	2B6	awareness
nhận xét, có chung nhận xét	6B5	general observation
nhất thiết	3B2	absolutely necessary
nhất trí	4B1	to be unanimous
nhi đồng: Bệnh viện Nhi đồng	6B2	Children hospital

nhiệm vụ	8B4	duty, task
nhiệt đới	1B5	tropical
nhìn nhận	6B5	to admit
Nho giáo	7B4	Confucianism
nhút nhát; sự nhút nhát	2B3	be shy; shyness
niềm (Classifier) tin	8B4	faith
nòi giống	7B4	race
nói cách khác	7B4	in other words
nói chung; nói riêng	6B3	generally speaking; specifically speaking
nói xấu	7B3	to speak ill of
nội dung	2B6	contents
nội trợ	6B2	housewife, homemaker
nổi bật	1B3	be notable
nổi tiếng	1B2	be famous
nội vụ	1B4	internal affairs
nông lâm ngư nghiệp	5B1	agriculture, forestry, fishery
nông nghiệp	5B1	agriculture
nông thôn	1B5	country
nụ cười, nở nụ cười	7B4	a smile, to smile
nữ quyền	8B1	women's rights
nước nhà	2B6	country

O

ổn định	2B6	be stable

PH

phá giá, bán phá giá	5B4	to sell cheaply, to have a price slump
phạm nhân tổ chức	4B4	organized crime
phản ảnh	1B6	to reflect
phản đối	8B1	to protest
lên tiếng phản đối	8B1	to raise one's voice in protest
phát huy	4B3	to develop, stimulate
phát động	3B4	to launch, promote
phát hiện	4B7	to discover
phẩm cách	7B4	dignity
phân phát	7B2	to distribute
phân tích	2B7,6B2	to explain
Phần Lan	4B1	Finland
phấn đấu	3B3,8B3	to strive
phấn khởi	2B7	be stimulating
phất cờ khởi nghĩa	8B2	to rise up in arms

phiêu lưu	8B4	be adventurous
phong kiến	7B4,8B1	feudal, feudalism
chiến tranh phong kiến	8B1	feudal war
phong phú	5B3,6B2	be diversified
phong trào	CH3, 6B2	movement
phóng nhanh	2B4	to speed
phổ biến	6B1	be widespread
(trường) phổ thông	2B1,6B3	secondary school
phối hợp	6B4	to coordinate, combine, collaboration
(lá) phổi	3B2	lungs
phồn vịnh	2B6	be prosperous
phờ phạc	6B2	to have a haggard look
phù sa	1B5	alluvium, silt
phủ nhận	7B4	to deny
phụ	7B2	to help
phương thức	2B3	procedure

Q

quá khứ	4B2	the past
quá trình	3B2	the process
quan chức	4B1	officials, important civil servants
quan hệ	4B1,7B3	relation
quan niệm	8B4	belief
quan sát	7B4	to observe
quan tâm đến / tới	5B3,8B4	be concerned about
quản lý	8B3	to administer
quần đảo	1B5	archipelago
quần thể	1B2	architectural ensemble
quét nhà	7B3	to sweep
quốc doanh	6B5	state-owned
ngoài quốc doanh	5B1	privately owned
quy định / qui định	1B4	to stipulate, define; provisions, regulations
quy hoạch / qui hoạch	3B2	project
quy luật của tự nhiên	7B4	laws of nature
quy mô	4B4	scale, dimension
quý phái	8B4	be aristocratic
quyền hạn	6B1	authority, power
quyền sở hữu trí thức	4B1	intellectual property rights
quyết tâm	2B1	be determined

R

ra đi	1B4	to leave (one's country)
ra đời, ra mắt	8B1	to be issued for the 1st time
ràng buộc	8B1	to be tied down
rạp chiếu bóng, rạp xi-nê	7B1	movie theater
rầy la	6B2	to scold
rét	1B3	be very cold
rót		to pour
rót cho	2B7	to pour (money) into
rót nước uống	2B3	to pour drinking water
rơi vào	7B5	to fall in
rối loạn		disorder, chaos
..rối loạn tâm thần	6B2	mental disorder
làm rối loạn thị trường	5B4	to throw the market into chaos
rừng cao su	3B2	rubber plantation

S

sản phẩm	5B1	products
sang trọng	8B4	be elegant
sáng kiến	1B6,4B1	initiative
săn đầu người	6B5	head-hunting: searching for professionals
săn lùng	6B5	to hunt
sắp xếp	5B4	to rearrange
sắt	1B5	iron
sân gôn	3B3	golf course
sẻ chia/chia sẻ	6B2	to share
siêng năng	6B5	be diligent
sinh hoạt	2B3,7B2	activity
chất thải sinh hoạt	3B1	domestic waste
(hệ) sinh thái	3B3	eco-system
sõi		
nói sõi	5B5	to speak fluently
sóng gió	6B2	storm
số liệu thống kê	8B3	statistics
số lượng	1B4	number, amount
số phận	8B1	fate
sông ngòi	1B5	rivers
sôi động	4B3	be animated
sôi nổi	8B4	be lively
sốt, cơn sốt	5B4	fever
cơn sốt giấy	5B4	the rush on paper (during shortage)

cơn sốt xi-măng	5B4	the rush on cement (during shortage)
sung túc	5B5	be prosperous
sống trong sung túc	7B2	to live in prosperity
sụt lở		
đất sụt lở	3B4	landslide
suy sụp	6B2	to decline in health
sự kiện	4B3	event

T

tác động	3B1	effect
tài hoa	8B2	be talented
tài liệu	7B2	documents
tài liệu ghi lại	7B2	recorded documents
tài năng	6B5	skill, talent
tài sản	1B2	heritage
thiệt hại tài sản	2B5	property damage
tạo	5B4	to create
(nhà) tạo mẫu	5B3	fashion designer
(tiệm) tạp hoá	7B2	sundries store
tăng cân	2B3	to put on weight
tăng cường	2B2	to strengthen
tăng tốc	6B4	to speed up
tăng trưởng	4B2	to grow
mức độ tăng trưởng	4B2	level of growth
tấn	1B5	a ton
hàng chục tấn	1B5	tens of tons
tận hưởng	8B4	to enjoy thoroughly
tầng lớp (xã hội)	5B5	social class
tầng lớp trung lưu	5B5	middle class
tập đoàn	6B5	delegation, community
tập tành (hút thuốc)	2B3	to train oneself to smoke cigarettes
tập trung	2B6	to concentrate, focus
tập tục	2B1	habit
tấu hài	7B1	comedy
tệ nạn	6B1,6B3	social evil
thái bình	8B4	be peaceful (Of country)
Thái Bình Dương	4B3	Pacific Ocean
thái quá	6B2	be excessive
than	1B5	coal
thanh niên	6B3	young adults (17 to 30 years old)
thanh thiếu niên	2B3	young people (12 to 30 years old)

thay thế	3B3	to replace
thành đạt	7B2	attainment
thành phần	5B1,8B1	element, component
thành thị	1B5	city
thành tích	2B7	achievement
thành tựu	4B2	achievement
thành viên	4B1	member
thảo luận	4B1	to debate
thăm dò	7B1	to survey
thăm hữu nghị	4B1	to pay a friendly visit
thắng lợi	4B4,4B5	victory
thâm nhập thực tế	8B4	to immerse oneself in real life
thân nhân	1B4	relatives, close relations
thần thánh	7B3	gods, genies
thận trọng	7B3	be cautious
thập kỷ	4B3	decade
thất bại; sự thất bại	4B3,6B2	to be defeated, to fail; the defeat
thất học	6B3	be uneducated
thất nghiệp	6B2	be unemployed
thất thoát	6B1	to escape
thầy bói	7B3	fortune teller
thèm	2B3	to crave for
then chốt	2B3	key (to a problem)
theo chân	7B2	to follow
thế hệ	7B2	generation
thể dục, tập thể dục	2B3	physical exercise, to do exercise
thể hiện	7B4	to express, expression
thềm lục địa	1B6	continental shelf
thi hành (pháp luật)	6B1	to carry out (the law)
thi vị	6B2	be delightful
thích ứng	6B4	to respond, in response to
thiếc	1B5	tin
thiên nhiên	1B2	nature
thiên tai	7B4	natural disaster
thiết bị	6B4	equipment
thiết chế / thể chế	4B4	institution
thiết kế	2B5	to draw up a plan
thiệt hại, thiệt hại tài sản	2B5	to suffer loss, to suffer property damage
thiếu		lacking
vai trò không thể thiếu	8B2	indispensable role
thiếu niên	6B3	young adolescent (from 12 to 16 years old)
thoả thuận	4B3	agreement

thoát	7B4	to escape
hệ thống thoát nước	3B4	sewerage
thoát khỏi	8B1	to escape from
thói quen	2B3	habit
thông cảm	6B2	to sympathize
thông qua	4B4	to pass
thông tin đại chúng	3B2	mass information
thống trị, bị thống trị	8B1	domination, be dominated
Thời Bắc thuộc	8B1	(period under) Chinese rule
thời cuộc	8B4	situation
thời đại	8B1	era, epoch
thời điểm	4B3	(point in) time
thời (kỳ) Pháp thuộc	3B4, 8B1	French colonial period
thời sự, vấn đề thời sự	CH6	current affairs
thời trang	5B3	fashion
biểu diễn thời trang	5B3	fashion show
người mẫu thời trang	5B3	mannequin
thu nhập	5B3	income
thu nhập bình quân đầu người	5B3	average income per capita
thua kém	7B2	be inferior
không thua kém		as well as
thuận lợi	1B5	be profitable
thuận tiện	2B6	be convenient, suitable
thuế	4B1	taxes
thuế nông sản	4B1	taxes on agricultural products
thuốc phiện	6B3	opium
Thủy Điển	4B1	Sweden
thủy sản	5B1	sea products
thuyết	8B1	theory
thuyết trình	1B1	to give a lecture on
thư giãn	2B3	to relax
thứ trưởng	4B4,8B3	vice minister
thực dụng	5B5	be practical
thực phẩm	5B1	food
thực sự, thật sự	5B3	really, virtually
thực tế	7B2	reality
thực tế công việc	6B4	hands-on experience
thưởng thức	3B3	to enjoy
thượng lưu	3B2	upper river
thượng nghị sĩ	8B4	senator
thượng nguồn	3B4	upper river
tích cực	CH3,4B3	actively

vai trò tích cực	8B1	active role
tiêm chích	6B3	to inject
tiên tiến	5B1	be advanced, up-to-date
tiền công	7B2	labor wages
tiến bộ	4B2	be progressive
tiến bộ khoa học	6B4	scientific progress
tiến hành	4B3,7B5	to carry out, to proceed
tiến sĩ; phó tiến sĩ	8B3	Ph.D; Master degree holder
tiếng	8B4	fame
tiếng nói	4B2	voice
tiếp kiến	8B4	to receive (in audience)
tiếp nối	4B2	to continue
bước phát triển tiếp nối		the next developing stage
tiếp thị	6B5	marketing
tiết kiệm	7B2	to economize
tiêu biểu	8B2	to represent
hình ảnh tiêu biểu ...	8B2	the image representing ...
tiêu chuẩn	5B5	criteria
tiêu khiển	3B4	to amuse / entertain oneself, to relax
tiêu thụ	5B4	to consume
tiểu thủ công nghiệp	5B1	arts and crafts
tình trạng	3B1	situation
tính cách	7B4	quality, character
tỏ ra thất vọng	5B5	to express one's disappointment
toan	6B2	to attempt
toàn cầu	1B2,2B7	worldwide, the whole world
tốc độ	4B2	speed
tội ác	4B4	crime
tội phạm	4B4	crime
tội phạm có tổ chức	4B4	organized crime
tôn tạo	1B1	to renovate, embellish
tôn thờ, được tôn thờ	8B2	to revere, to be revered
tôn trọng	7B2	to respect
tổng diện tích tự nhiên	3B1	the surface area of the natural world
tổng số	1B2	total number
tổng thể	3B4	general, overall
tốt lành	7B3	be propitious
trách móc	6B2	to reproach
trái mùa		
du lịch trái mùa	1B3	travelling during the off-peak season
trái phép	4B5	be illegal
trải nhựa (đường trải nhựa)	2B5	sealed asphalt road

trang bị	6B2	be equipped
trang bị đầy đủ kiến thức	6B2	be equipped with enough knowledge
trang phục	1B6,5B3	costume, dress, clothes
trang trọng	1B3	be solemn
trạng thái	7B4	state
trạng thái bi quan	7B4	in a pessimistic state
tranh	5B4	to dispute, compete
tránh	7B3	to avoid
tránh thai	2B6	to avoid conception
trao đổi (cuộc: Classifier)	4B3	to exchange, the exchange
trầm cảm	6B2	to repress one's feelings
trầm trọng	6B1	be serious (Of events)
trật tự	2B1	order
trên thuận dưới hoà	7B3	be peaceful
trí thức	8B4	be intellectual
trị quốc	7B4	to govern the nation
triển khai	1B4	to broaden
triển vọng	4B3	hope
triết học nhân bản	7B4	humanism
triết lý	8B4	philosophy
triết lý sống	8B4	philosophy of life
triều đại, triều Lê	7B5,8B1	dynasty, Le dynasty
Triều Tiên	5B3	North Korea
trong lành	3B2	be pure (Of air)
trọng điểm	3B2	be important
chương trình trọng điểm	3B2	key program
trôi qua, 20 năm trôi qua	6B4	20 years have passed
trông nhờ	3B4	to rely on
trụ sở	5B2	head office
trung bình	1B5	average
trung du	6B3	midlands
Trung Cận Đông	4B3	Middle East
trung lưu		
tầng lớp trung lưu	5B5	the middle class
Trung Quốc	4B1	China
trùng tu	1B2	to restore
truyền giáo, nhà truyền giáo	7B2	missionary
trừ khi	7B2	unless
trưng bày	1B6,5B1	to display
trưng cầu dân ý	7B2	referendum
trước mắt	3B4	be immediate, in the short term
trường quốc tế	4B2	international forum

trưởng giả	8B1	well-to-do people
tụ điểm	7B1	gathering place
tuần báo	8B1	weekly magazine
túi đựng chất thải	3B1	dumping ground
túng thiếu	6B2	be strained financially
tuồng	7B1	classical drama
tùy thuộc	6B5	to depend on
tuyên truyền	2B1,3B4	propaganda
tuyển dụng, tuyển chọn	6B5	to select
tuyệt vọng	6B2,7B4	to despair
(Bộ) Tư pháp	2B1	Ministry of Justice
tư tưởng	7B4,8B1	thought, ideology
hệ thống tư tưởng		system of thought
tư tưởng chiến lược	4B4	strategic idea
từ thiện	5B3	be charitable
phong trào từ thiện		charitable organization
tự chủ	4B3	be self-governed
tự cường	4B3	to rely on one's strenghth
tự do hoá	4B1	to liberalize
tự lực	4B3	self reliance
tự nguyện	2B1	voluntarily
tự nhiên	3B1	be natural
tự tin	6B5	be self-confident
tự tử/tự vận	6B2	to commit suicide
tức là	1B5	that is to say
tức thời	6B2	immediately
tước, bị tước học vị	8B3	to be stripped of her university degree
tỷ lệ	8B3	percentage

U

u uất	6B2	to feel sad
uy tín	6B5	prestige, good name
Ủy ban	1B2	Committee
ứ động, e.g.mặt hàng ứ động	5B4	surplus of merchandise, unsold merchandise
ứng viên	6B5	candidate
ước tính	2B5	to estimate
ưu đãi, làm việc ưu đãi	6B5	to favor, to give employees privileges

V

| vai trò | 1B5 | role |

vào cuộc	6B5	to enter the game
văn bản , văn bản chữ viết	6B1,7B5	written documents
văn hoá phẩm đồi truỵ	6B3	pornographic materials
văn hoá nghệ thuật	7B1	arts and culture
văn kiện	4B2	document
vận chuyển	1B5,6B3	to transport
vận động	2B1	to campaign, the campaign
vận tải	5B1	transport
giao thông vận tải	5B1	communication and transport
vệ tinh mặt đất	6B4	satellite disc
vị	7B4	classifier for important people
vị trí	1B5,2B5	position
vị trí giai cấp trong xã hội	8B1	the position in the social strata
vỉa hè	8B4	pavement
Viện Công nghệ châu Á	6B4	Asian Intitute of Technology
viện bảo tàng	1B6	museum
Viện bảo tàng Nhân chủng học	1B6	Museum of Anthropology
Việt kiều	1B4	Overseas Vietnamese
Ban Việt kiều trung ương		Central Committee for Overseas Vietnamese
vốn	7B3	by nature
vũ điệu dân gian	7B2	folk dance
vũ trụ	7B4	the universe
vụ vi phạm	4B5	infraction of the law
vụ gặt mùa	1B3	harvest
vụ trưởng	8B3	department head
vựa thóc	1B5	granary
vững chắc	6B5	be firm
cơ sở vững chắc	6B5	firm foundation
vượt	5B4	to exceed, to overcome
vứt	2B3	to throw away

X

xác định	4B3	to affirm
xác suất thành công	6B5	probability of success
xã	8B3	village
xem thường	6B3	to disregard
xét tuyển	6B4	to select
xét xử	4B4	to pass sentence on
xếp hạng	1B2	to rank
xoá		to erase
xoá đói giảm nghèo	8B4	to eradicate poverty
xoá thuế	5B4	to exempt from tax

xông đất	7B3	to be the first guest to come to someone's house on the 1st day of the Vietnamese New Year
xuất sắc	8B1	be outstanding
xuống cấp	2B5	to degrade
xuống đường	7B4	to demonstrate
xử lý	4B5	to take stern measures against
xử lý nội bộ	6B1	to be put on trial within the ministry
xưởng chế tạo	3B3	factory

Y

y sĩ	6B4	medical practitioner
y tế cơ bản	2B2	basic health
chăm sóc y tế cơ bản	2B2	basic healthcare
ý chí	2B3,7B5	intention, will power
ý thức	6B5	be conscious of
yêu cầu	6B5	requirement
yếu tố	2B6	factor